पळसखेडची गाणी

ना. धों. महानोर यांची साहित्यसंपदा

कवितासंग्रह
रानातल्या कविता (१९६७)
वही (१९७०)
पळसखेडची गाणी (१९८२)
पावसाळी कविता (१९८२)
पक्ष्यांचे लक्ष थवे (१९९०)
प्रार्थना दयाघना (१९९०)
पानझड (१९९७)
गाथा शिवरायाची (१९९८)
तिची कहाणी (२०००)
जगाला प्रेम अर्पावे (२००५)
गंगा वाहू दे निर्मळ (२००७)
वाहटूळ (२०१३)

खंडकाव्य
अजिंठा (१९८४)

कादंबरी
गांधारी (१९८२)

व्यक्तिचित्रे
ऐसी कळवळ्याची जाती (१९९७)

कथासंग्रह
गपसप (१९७२)
गावातल्या गोष्टी (१९८१)

पळसखेडची गाणी

ना. धों. महानोर

पॉप्युलर प्रकाशन, मुंबई

पळसखेडची गाणी
(म-४७४)
पॉप्युलर प्रकाशन
ISBN 978-81-7185-267-3

© २०१७, ना. धों. महानोर

पहिली आवृत्ती : १९८२/१९०३
दुसरी आवृत्ती : १९९१/१९१३
तिसरी आवृत्ती : १९९५/१९१७
पुनर्मुद्रण : २००५/१९२७
चौथी आवृत्ती : २०२२/१९४४
पुनर्मुद्रण : २०२३/१९४५

प्रकाशक
अस्मिता मोहिते
पॉप्युलर प्रकाशन प्रा. लि.
३०१, महालक्ष्मी चेंबर्स
२२, भुलाभाई देसाई रोड
मुंबई ४०० ०२६

अक्षरजुळणी
नेत्रा मयेकर
गिरगाव, मुंबई ४०००००४

PALASKHEDHCHI GANI
(Marathi : Poems)
N. D. Mahanor

आईसाठी
तुझी पुण्याई माझ्या शब्दांना सायीसारखी

दोन शब्द

मुंबईत एकदा काव्यवाचनाऐवजी मी लोकगीतांचा कार्यक्रम दिला. तो लोकांना फारच आवडला. एकदा कऱ्हाड-पुणे प्रवासात सौ. सुनीताबाई देशपांडे, श्री. पु. ल. देशपांडे आणि मी होतो. तीनचार तासांच्या प्रवासात फक्त ही अशी लोकगीतं. तेव्हापासून सौ. सुनीताबाईंनी सतत आग्रह धरला. काही मित्रांनाही आवडलं. म्हणून हा संग्रह काढला. कै. जयवन्ताबाई बेढे हिच्या खूप ओव्या, गाणी माझ्याजवळ आहेत. सौ. आसराबाई होले, गं. भा. शेवंताबाई गोदे आणखी कितीतरी बायकांनी ओव्या गाणी दिल्या. त्यातला क्रम, चूकभूल सांगितली. वैशू, सरलू, रत्ना, मीरा ह्या पोरींनी, त्यांच्या मैत्रिणींनी झिम्मा-फुगडीची, गौराईची गाणी दिली. कै. गणपतराव खंडाळकरांची भारुडं जवळ होती. श्री. अर्जुन माळी, श्री. दामू पिसे, श्री. रामदास माळी ह्यांनी 'वह्या' म्हणून दाखविल्या. लिहून दिल्या. श्री. रामदास भटकळ ह्यांनी अतिशय उत्साहानं पुस्तक काढलं. सौ. पद्मानं चित्रांसंबंधी अगोदर चर्चा केली. ह्या पुस्तकाची जुळवाजुळव, लिहून काढून घेण्याचे जिकीरीचे काम श्री. रामराव राजपूत ह्यानं केलं. सगळ्यांचे हातभार. आपले असले तरी सगळ्यांचे मन:पूर्वक आभार.

–ना. धों. महानोर

गाण्यासंबंधी थोडे

एखादी कविता, एखादं गीत नुसतं पुस्तकात वाचून त्याच्या ताकदीसकट आपल्यावर प्रभाव पाडील. त्याचं सौंदर्य कळेल. लोकगीतांचं असं होत नाही. त्याचं खरंखुरं सौंदर्य, शक्ती अजमावून पाहायची असेल तर ते त्या त्या लयीत, ठेक्यात थोडं संदर्भासकट ऐकलंच गेलं पाहिजे. नाटक जसं नुस्तं वाचून ऐकून चालत नाही. ते पाहिलं पाहिजे. त्या वेळी नाटकाचं खरं रूप दिसतं. लोकगीताचं तसंच आहे. ऐकलं पाहिजे. विशेषत: त्या त्या ठिकाणी त्या त्या लोकांकडून ऐकता आलं तर अधिक जाणवेल. 'घाशीराम कोतवाल' नाटकाचं पुस्तक वाचणं, ऐकणं आणि ते नाटक पाहाणं यातली तुलनाच संभवत नाही. 'घाशीराम' पाहतानाच खरे वेड लावते तेही लोकगीतांच्या शक्तीमुळेच.

लोकगीतांची, लोकसाहित्याची वेगळी भलावण मुद्दाम सांगण्याची आज आवश्यकता नाही. लोकसाहित्य मग ते कथा असो, ओवी असो, झोपाळ्याचं गाणं असो, भारूड किंवा फुगडी असो, त्याच्या अंगभूत कलाकुसरीनं अंगभूत सौंदर्यानं, गावरान शब्दकळेनं अनुभवांच्या जिवंत तळपळाटानं ऐकणाऱ्यांच्या वाचणाऱ्यांच्या मनात पक्कं घर करून बसतं. लोकगीत हे खेड्यापाड्यातल्या अडाणी लोकांचं हृद्गत असतं. लयबद्ध गाणं असतं. शब्दांची अनुभवांची भावभावनांची अतिशय घाटदार

बांधणी त्यात असते. शब्दसामर्थ्याच्या, त्याच्या विविध अपरंपार चालत आलेल्या नव्या बांधणीच्या गहिरेपणात, लयबद्ध हिंदोळ्यात आपण बुडून जातो. बऱ्याच वेळा लोकसाहित्याच्या त्याच्या उगमाच्या कर्त्याचा पत्ता लागत नाही. वर्षांची, शतकांची ती पारंपरिक रचना असली तरी अलीकडे बऱ्याचदा रोजच्या सुखदु:खांच्या स्थितीची वर्णनं केलेली गीतं, गोष्टी व इतर साहित्य सापडतं. थोडं बारकाईनं पाहिलं म्हणजे कालाचे, घटनांचे सामाजिक राजकीय तसेच रोजच्या शेतीबाडीतले, स्थितीचे, रूढींचे, संकेतांचे काही ठिपके सापडतात. संदर्भ लागतात. त्यावरून काल, भाषा समजते. पुष्कळदा कवी, कवयित्री, रचनाकार त्यांच्या प्रादेशिक भाषेवरून शब्दांवरून ओळखता येतात. जवळच्या देवदेवतांची वर्णनं गावं त्याचे संदर्भ येतात. पुष्कळ ठिकाणी जातीपातींची गाणी ओव्या दैवतं येतात. ह्या सगळ्या संदर्भावरून समाजाचं प्रदेशाचं गाण्याचं त्या त्या साहित्याचं दिनमान काढता येतं. सबंध मानवी जीवनातले स्त्री-पुरुषांचे सुखदु:ख, यातना, शृंगार देवादैवादिकांची वर्णनं रोजच्या साध्यासुध्या पद्धतीनंच गाण्यातून मांडले गेले आहेत. कुठेही खोटेपणा किंवा अतिरेकी अभिनिवेश नाही. अतिशय श्रेष्ठ दर्जाच्या साहित्याच्या सर्व गुणांचा रांधा लोकसाहित्यात आढळून येतो. या संबंधात मी फारसे अधिक लिहिणार नाही.

यापूर्वी राजारामशास्त्री भागवत, विष्णुशास्त्री चिपळूणकर, म. मो. कुंटे, लेले, चाफेकर, शेजवलकरांपासून तर मध्यंतरी साने गुरुजी, नांदापूरकर, पां. श्री. गोरे, चोरघडे ह्या सर्व मंडळींनी १९३०च्या जवळपास, पूर्वी खूप त्यासंबंधी अधिकारानं लिहिलं. १९३०च्या नंतर लोकसाहित्याचं विशेषत: लोकगीतांचं ओव्यांचं संकलन, प्रकाशन खूपच केलं गेलं व विविध अंगोपांगी त्यावर संशोधनपर बरंच काही होत राहिलं. इरावती कर्वे, दुर्गा भागवत, मालतीबाई दांडेकर, य. न. केळकर, स. आ. जोगळेकर आणखी कितीतरी मंडळींनी त्यात अतिशय मोलाची भर घातली. लोकसाहित्यासाठी महाराष्ट्रात स्वतंत्र लोकसाहित्य समिती (सरकारी) झाली. सरोजिनी बाबर आणखी कित्येक महाराष्ट्रातल्या लोकसाहित्याच्या अभ्यासकांचं एकत्रित साहित्य भरपूर प्रमाणात प्रकाशित झालं, होत आहे. विद्यापीठात स्वतंत्र अभ्यासाला लोकसाहित्य ठेवलं गेलं. महाराष्ट्रातील, महाराष्ट्राबाहेरील सर्व जातीजमातींचे, विविध प्रादेशिक भाषाप्रकाराचे, शब्दांच्या अनुबंधांचे, सांस्कृतिक नीतिधर्माचे, रीतिधर्माचे दर्शन लोकसाहित्याने घडविले. त्यामुळेच ते महाराष्ट्रभर अधिक जलदपणानं पोहोचलं. लोकाभिमुख झालं. वरील सर्व मंडळींचा लोकांपर्यंत अधिकार, संशोधन ह्याचा विचार केला तर आपण अधिक लिहू नये हे नम्रपणे कबूल करावं. लोकगीतांच्या

२ । पळसखेडची गाणी

मर्यादेतच मी लिहिणार आहे आणि हेही एका गावाच्या हद्दीपर्यंत. आज महाराष्ट्रात व बाहेरही मराठी लोकगीत चांगलं वा वाईट कोणतंही असो शहरात, खेड्यात अधिकाधिक लोकप्रिय होत चाललं आहे. हे त्या गीत प्रकाराचं सामर्थ्यच म्हणावं लागेल. लोकगीतांच्या विविध चालींची, लयींची, ठेक्याची, त्याच्या गावरान ढंगाची, रांगड्या शब्दसंगतीची नक्कल किंवा तऱ्हा उचलली जाऊन सर्वत्र वापरली जात आहे. एस. डी. बर्मनच्या लोकगीतांची ठसक्याची गाणी असोत की कुमार गंधर्वांची माळव्याचं, मराठमोळं लोकगीत पचवून नवीन चीज बांधलेली असो, लोक बेहद्द खूष असतात. शांता शेळके ह्यांच्या 'डोलकर'चं मोठेपण लोकप्रियता किंवा 'काम करून गिरणीत थकली रं माझी माल्हन कामानं सुकली' ह्या सारखी सामर्थ्यशाली गीतं, पोवाडे रचणारे पहाडी आवाजातले अमर शेख असोत 'बोला वो तुम्ही बोला म्हाळसा देवीला भंडार वाहू देवाला वो मल्हारी रायाला' यातील शाहीर साबळेंचं बेजोड सामर्थ्य, कॉलेजातल्या शहरातल्या मुलामुलींना धमाल नाचताना या गाण्यावर पाहिलं. हैदोस लोकगीतांतलं मुंबैपुणं पाहिलं. हे लोकगीतातलं सामर्थ्य. मोठेपण. ना. घ. देशपांडे ह्यांची अतिशय लयविभोर वेड लावणारी गावरान कविता, माझी कविता शब्दकळा व लयींचा घाट ह्यावर लोकगीतांचा जबरदस्त प्रभाव आहे. म्हणून अधिक भलावण नको.

'पळसखेडची गाणी' ह्या पुस्तकाच्या संबंधी बाह्यत: थोडं सांगितलं पाहिजे. 'गपसप' नावाचा लोककथांचा संग्रह या पूर्वी मी संपादित केला होता. माझ्याच गावच्या लोकांनी, बायकांनी सांगितलेल्या त्या गोष्टी होत्या. लोकांना त्या अतिशय आवडल्या. लोकगीतांची पुस्तकं, संकलन खूपच खूप आहेत. इथे थोडासा वेगळा प्रकार करून पाहिला. एकाच गावात म्हटली जाणारी विविध लोकगीतं ह्या पुस्तकात एकत्रित केली आहेत. ह्या गावातली ही लोकगीतं परंपरेनं पन्नास शंभर वर्षांपूर्वीचीही असतील. काही आजची, आजच्या लौकिक प्रश्नांच्या संदर्भातली आहेत. काही अजूनही खेड्यातल्या कालच्या थोड्या बहुत आजच्याही सासरच्या कटू यातनांची त्या त्रास देण्यातल्या विकृतींची धास्तीची...सासुरवास माहेरवास ह्यातली. काही शेतीबाडीतल्या रोगराई...आजचे दुष्काळ कमी पाऊसपाणी अरगट पिकांच्या दु:खांचा आगडोंब सांगणारी. काही ह्याच गावातल्या बायकांनी रचलेली आहेत. काही शेजारपाजारच्या किंवा दूरच्याही प्रदेशांतून रुजलेली असतील. लहानपणापासून गेल्या कित्येक वर्षांपासून जात्यावरल्या ओवींतून, झोपाळ्यावरल्या गाण्यांतून, झिम्माफुगडींमधून, गौराईच्या गाण्यांतून, वही म्हणणाऱ्या फडांमधून, आजच्या नव्या भारूड रचनेमधून रोजच्या जीवनातून मी म्हणताना पाहिली. रचताना पाहिली. आजच्या जीवनाचे प्रश्न

दु:ख, अध्यात्म इत्यादी माझ्यासमोर ओवींतून गीतांतून रचना करणारे स्त्रीपुरुष आहेत. कै. जयवन्ता बेढे ही बाविसाव्या वर्षी बाळंतपणात वारली. तिनं शेकडो ओव्या मला दिल्या. ऐकविल्या. ती स्वत:ची रचना करीत असे. ती एक चांगली कवयित्रीच. लहानपणापासून दारिद्र्यात आईच्या मांडीवर ओवी ऐकली. ती तशीच मनात आजही रुजून बसली आहे. आईच्या ओवीतला तो गलबला अजून मर्तकीची (मृत्यूची) ओवी म्हणताना डोळ्यांत पाणी आणतो. अर्जुन माळी, दामू पिसे, रामदास माळी हे 'वह्यां'चे शाहीर आज हयात आहेत. त्यांच्या कुवतीनं ते जुळवणी करतात. भारुडानं माणसांच्या व्यंगांची चिरफाड करणारे गणपतराव खंडाळकर पाचसात वर्षांपूर्वी वारले. त्यांना फक्त आपण खेड्यातले, अडाणी म्हणतो. कोणत्याही श्रेष्ठ साहित्यात त्यांचं हे अक्षर साहित्य जिवंत राहील. ह्या माझ्या उद्ध्वस्त बकाल इवल्याशा गरीब खेड्याला ही गाण्याची, लोकसाहित्याच्या धनाची पुण्याई पूर्वापार लाभलेली आहे.

पळसखेड हे जवळपास दीड हजार लोकसंख्येचं छोटंसं खेडेगाव. अजिंठ्याच्या पायथ्याशी पाच मैलांवर आहे. अजिंठ्याच्या कलावंतांचा वारसा वेगवेगळ्या अर्थानं वसाहतीनं इथल्याच परिसरातला. भौगोलिक दृष्ट्या मराठवाड्यातल्या औरंगाबाद जिल्ह्यातलं. जळगांव जिल्ह्यातली गावं दोन मैलांवर, तीच जवळपास खानदेशी बोली भाषा. जवळच दहा पंधरा मैलांवर पाचोरा-भडगांवकडली अहिराणी बोलीभाषा. पूर्वेला वऱ्हाडच्या बुलढाणा जिल्ह्याची – चक्रधरांच्या जाईचा देव इत्यादी परिसरातली बोलीभाषा, लकब, शब्द, हेलकावे, अशा वेगवेगळ्या बदलत्या बोलीभाषांच्या प्रदेशांच्या शब्दच्छटा, संकेत, बोली ह्यांची सरमिसळ लोकगीतांत इथं होत गेली. काही चक्क अहिराणी वाटतात. आहेत. काही वऱ्हाडी. खानदेशी. ह्या सगळ्यांचा गोडवा व त्यातली शब्दघटना. त्यातही मजेशीरपणा ऐकताना अधिक. शब्दांचे साधेपण त्यातले सामर्थ्य गोडवा थेट लावणीशी, भारुडांशी, तुकाराम एकनाथांच्या शब्दकळेशी नातं सांगतो. काव्य आणखी काव्यात्म कथेची, अनुभवांची मांडणी, ध्वनिसंकेत, खेड्यातला निरागस शालीन शृंगार, त्याचे चोरलेपण हे खास मेघदूत आणखी हालवाहनांच्या गाथा सप्तशतीपर्यंत नातं सांगणारं वाटावं इतकं लपझप, तजेलदार आहे. मी फक्त कविता-गाणं म्हणून आपल्या समोर ठेवतो. जो भाव, जे वर्णन, जी कथा, जशी फुगडी हे ज्या हद्दीपर्यंत करता येईल तेवढीच त्याची कविता केली आहे. वर्णनांचा अकारण वेळ घेणारा विस्तार इत्यादी घेतलं नाही. तेवढी तेवढीच कविता ठेवली. कुठे अस्पष्ट वाटलं अडलं जुळलं नाही तर त्यांनाच विचारून दुरुस्त केलं. शब्द, शब्दाघात, लय तशीच ठेवली आहे. जशा भावतील तशा घ्याव्या. मी फक्त तीन

४ । पळसखेडची गाणी

प्रमुख भाग करून त्यांच्या मर्यादेत थोडंसं मोकळेपणी लिहिलं. टिपणवजा.

तीन बंध सोयीसाठी केले. १) ओवी. सोळा गाणी. २) झोपाळ्याची गाणी. फुगडी. झिम्मा. कथाकाव्य इ. सोळा गाणी. ३) वही. ढोलकीचं खंजेरीचं गाणं इत्यादी सोळा गाणी. ४) भारूड. दोन गाणी. अशी एकूण पन्नास लोकगीतं.

ओवीची रचना अगदी साधीसुधी. लवचिक आणि मुक्त बांधणी. चार ओळींच्या कडव्याची. सोपी पण गळ्यावर गोड वाटणारी बांधणी. जात्यावर सुरुवातीला ओव्या म्हणताना सुखदु:खाच्या संसाराच्या ओव्या हलक्या-वेगळ्या लयीवर बायका म्हणतात. सकाळी उठून आंघोळीनंतरच्या तजेलदारपणी. दळण सरतानाच्या निव्वळ दु:खाच्या, मृत्यूच्या (मर्तकीच्या) ओव्या फारच कारुण्यपूर्ण दु:खपूर्ण लयीत म्हणतात. चाली बदलवून फक्त. त्यातून त्या त्या ओवीतील कारुण्य, जडता, भयानकता जाणवत राहील. आज खेड्यापाड्यात पिठाच्या गिरण्या आल्या तरी जातं बहुसंख्य घरांतून गेलेलं नाही. ते श्रद्धेचं भावनांचं ठाणं आहे. माझ्या टाइल्स, सिमेंटच्या नव्या घरात सर्व दूर सारलं गेलं पण जातं आईनं घरात रोवलेलं आहेच. ते तिचं घरपण आहे. तिच्या आयुष्यातल्या कष्टांच्या दिसांचं. आजही सणासुदीला मन मोकळं करण्याचं ते साधन आहे. सगळे वेद तिथे ती गाण्यातून बोलत असते. खेड्यात आजही जातं, दळण बंद नाही. दिवसभर उन्हातान्हात शेतावर, पावसापाण्यात काट्याकुट्याचं जीवन जगायचं. संध्याकाळी घरी आल्यावर उद्याचं पीठ दळून काढण्याची चिंता. थकल्या भागल्या तिला दगडाच्या जड जात्याची पाळ, खंटा तासंतास फिरवीत राहणं पुरतं जीव घेणं. म्हणून जिवाची करमणूक सहज व्हावी म्हणून दळताना गाणं म्हणावं. दळणाचे कष्ट विसरले जातात. निदान कमी वाटतात. तिचं हृद्गत गाण्यातून मोकळं झाल्यागत होतं. मनावरलं ओझं कमी वाटतं. जात्यावरली ओवी जिवाची. तिच्या नशिबाला ते 'दळण' आयुष्यभर सुटलेलं नाही. मरेपर्यंत सुटणार नाही. जात्यावर एकदोघींनी पहाटे उठून आंघोळी करून कुंकू लावून दळण घेऊन बसावं. ओवीमागून ओवी म्हणत दळण करणं, सबंध ज्वारीचं, बाजरीचं पीठ पुन्हा सुपात भरणं. जात्याची किरकिर थांबणं हे सबंध चक्र–तिच्या आयुष्याला बांधून आहे. लहानपणी कळेना पण आजवर पाहता नीट कळलं. हे सबंध जातं, त्या जात्यावरलं 'दळण', त्यावेळी म्हटल्या जाणाऱ्या दळणाच्या तासाभरातल्या शंभर दोनशे ओव्या ह्या सगळ्यांना एक अंतर्गत सांधा आहे. हे दळण म्हणजे जीवनाची प्रतिमा. जातं जीवनाची प्रतिमा. ओव्या, ओव्यांची सुरुवात, मध्य, शेवट ह्यांचा क्रमही आयुष्याच्या क्रमासारखाच. दिवसभराचा क्रमही तसाच. सकाळ, दुपार,

संध्याकाळ. असं हे फारच एकसंध असं नात्यात बसलेलं तिच्या जिवाभावाचं. पहाटे सुर्योदयाआधी आंघोळ करून सुपात जात्यावर चौथे दोन पायली ज्वारी घेऊन ती बसते. तशी पारोशी बसत नाही. आयुष्यातली सुरुवात अतिशय चांगली. चैतन्याची. नवऱ्याच्या संसारात रममाण होण्याची. त्याला आयुष्य मागणारी. पहाटे उठून सडा सारवण करून बसलेली ती बाई ओवीतून, गळ्यातून सांडलेल्या शब्दांसारखीच. बारीक सारीक गोष्टींतूनही घरंदाजपण, खेड्यांचे संकेत, नवऱ्यांचे मोठेपण. ती परंपरा सती सावित्रीसारखी ओवीतून जपते.

देवा सूर्यनारायणा नित नेमानं उगवा
मह्या कपाळीचं कुकू साताजन्मात टिकवा.
सकाळी उठून हात भरले शेणानं
कपाळीचं कुकू भडक्या मारतं मेणानं

अशी ओवीला सुरुवात होते. सारख्या अशाच आठ पंधरा ओव्या लय धरतात. मूठभर दाणे जात्यात जातात. आयुष्याच्या पहाटेचा पट पुढे सरकतो. पाचपंचवीस ओव्या होतात. आयुष्यातले इतर अनुभव, दुपारचे ऊन. रणरण. सासुरवास. अवघडलेपण इत्यादी ओव्या आपोआप येतात.

सासुरी सासुरवास माहेरी माहेरवास
हक्काचा परी घास सासरी वोऽ
बाईचा हा जन्म नको घालू सख्या हरी
रात्र ना दिवस परक्याची ताबेदारी

किंवा

अंगणी अंगधुता डोळ्यानं खुणवता
मनात समजते जणू धोतर मांगता.

अशा तिच्या अंतरंगाच्या छटा उमटतात. ओव्या पुढे सरकतात. ओवीची लय लकेर अधिक गहिरी व धारदार होत जाते. खेड्यात मुलीला घ्यायला सहसा नवरा मुलगा येत नाही. व्याही येतो. ही मग व्याहीण बाईला (मुलीच्या सासुबाईला) निरोप धाडते. मुलगी रवाना करते. तिच्या मनाचा गलबला होतो. काळं जांभळं आभाळ भरून आलं. पाऊस भक्कम पाडणारं. नदीनाल्याला पूर येईल. पोरीला सांभाळून न्या

६ । पळसखेडची गाणी

असं सांगताना किती थोडक्यात ती ते भारलेलं भावनांचं वर्णन करते.

पाण्यापावसाचं आभट आलं जांभळून
सांगते सोयऱ्याले मैना नेजो संभाळून
सांगून धाडते यिहीन यिहीनीले
चाफ्याबरोबर वागव मह्या चमेलीले.

पोरगी सासरी फार कष्ट उपसते. सासुरवास होतो. पोरगीला आखाजी दिवाळीच्या, नागपंचमीच्या सणाला मुलाला (तिच्या भावाला) घ्यायला पाठवू असं सांगताना तिचं आईचं मन ओलं होत जातं.

बहिणीले भाऊ एक तरी वो असावा
थकल्या जिवाले एका रातीचा विसावा.

तिच्या स्वत:च्या सुखदु:खाचे संसाराचे वर्णन करताना माहेराहून आल्यावर तिनं माहेरी फार दिवस लावले (लैदी-लई-दी-दिवस) म्हणून संध्याकाळी तिनं लवकर आततायीपणानं शेजबाज केली. शिनगाराच्या सर्व गोष्टी सज्ज केल्या पण पाह्यरीवर रुसून बसलेला नवरा घरात येत नाही. ती सर्व परीनं समजावते. चांदणी रात्र आहे...रात्र वाढते आहे. त्याला घरात आणलं. पलंगावर नेलं तरीही त्याचे पलंगाखाली पाय. त्यानंतर ती अंगावरले कपडे काढून काहीशी नागडेपणी देह देत.

राजबन्शी पाखरू चोचीत दुखलं
मोती पवळ्याचा चारा खाणं इसरलं.

नंतर ती आणखी काही करते...पिकल्या पानाचे इडे हातावर करते. त्याला समजावते. दोघे एक होतात. असा शृंगार. अशा अर्ध्याअधिक दळणापर्यंतच्या ओव्या. ओव्या पुढे जातात. जातंही अधिक घिरघिर लयीत बोलू लागतं. पीठ सरकत जातं. दिवस कलतो. आयुष्याची संध्याकाळ सुरू होते. काळोख डोळ्यांत उतरतो. सुपातले दाणे दळण संपलेलं असतं. शेवटला घास हाती उरतो आणि जात्यात घर घर सुरू होते. ओव्याही संपायला येतात. आयुष्याची शेवटची घटका येते. सर्व सोडून जायचं असतं. सबंध दळणाचं आयुष्याचं पीठ झालेलं आहे. जातं थांबलेलं आहे. शब्द ओवी बंद झालेली आहे. ही दळणाची जीवनाची शेवटची अवस्था. जातं, ओवी, दळण जीवनाची तशीच प्रतिमा...ती जात्यावर थकली आहे. हात पाय दुखत आहे. चोळी घामानं भिजलेली. फाटलेली. कपाळीचं लालजर्द कुंकू पाण्याचे (घामाचे)

थेंबथेंब होऊन नाकातोंडावर गळत आहेत. केसांच्या लटा विस्कटून गेल्या आहेत. ही तिची जात्यावरली शेवटच्या मृत्युच्या (मर्तकीच्या) ओव्या गातानाची शेवटची अवस्था. ती पदरानं अखेरचे डोळे पुसते. जात्याला हात जोडून पाया पडते. सबंध आयुष्याचं पीठ झालेलं.

शेवटच्या मृत्यूच्या ओव्या ऐकताना मी अजूनही थरकापतो. मलूल होतो. उद्ध्वस्त होतो. हे एवढं सामर्थ्य बाईच्या ओवीला. हे तत्त्वज्ञान तिच्या गाण्याला कसं बांधता आलं? कोणी दिलं? ती कुठून हे सगळं शिकली. अशी ओवीबद्ध कविता कशी व्यवस्थित बांधू शकली? सुगरणीच्या कला कुसरीनं. जाणता. अजाणता. आजही सणासुदीला रातीचं जातं सुरू झालं म्हणजे मी हरखतो...अस्वस्थ होतो.

गेला मह्या जीव मले भितीशी खुटवा
सोन्याचं पिंपळपान मह्या माहेरी पाठवा.
गेला मह्या जीव मह्या किल्डीले साखळ्या
देर जेठ ओझाखांदे राम चालू द्या मोकळा.

मी मेल्याचं माझ्या माहेरी पिंपळपान (पिवळं पोष्ट कार्ड) पाठवा. आणि माझी किरडी उचलताना देर जेठ असू द्या. नवऱ्याला मोकळं चालू द्या. आयुष्यभर माझ्या दु:खाचं ओझं त्यानं वाहिलं. सगळं सोसलं. मरतानाही त्याला ओझं देऊ? मेलेलीच ती नवऱ्याला सांगते अशी कल्पना (खरी कल्पना) करून म्हणते. माझ्याशिवाय तुमच्या पुढल्या आयुष्यात आबाळ होईल. मला त्याची रुखरुख आहे. तुम्ही दुसरी बायको करून नांदावे. माझी विनंती आहे. ती ही खेड्यातली ह्या संस्कृतीची सती सावित्रीचं वाण सांगणारी भारतीय स्त्री. पुनर्जन्मावर तिचा विश्वास आहे. मृत्यूचं दु:ख आहेच पण काळजी अशी वाटत नाही. सुखासमाधानाचं आयुष्य जगल्याची गोड किनरी तिच्या ओवीत आहे.

सरलं दळण मी ते आणिक घेणार
देवा विठ्ठलाची मले पालखी येणार.
सरलं दळण माही भरली ओंजळ
सोन्याची तुळस वर मोत्याची मंजूळ.
सरलं दळण सरलं म्हणू नये...
सासर माहेर नांदतं दोन्ही सये.

शंभर ओव्यांतील पहिल्या पंचवीस तीस ओव्यांचा क्रम आयुष्याच्या सुरवातीच्या

८ । पळसखेडची गाणी

सुखाचा. दान मागण्याचा. उत्साहाचा. नंतरच्या पंचवीस तीस ओव्यांत आयुष्यातली दु:खाची दुपार...चढउतार नंतरच्या शेवटच्या पंचवीसेक ओव्यांत मृत्यू. तिच्या अनुभवातली परिपक्वता तत्त्वज्ञान. असा आयुष्यासारखाच क्रम येतो. ते तिचं आयुष्य, दळण, त्याचं थांबणं, तिच्या एकूण शरीराची मनाची अवस्था ह्या सगळ्यांचा एक सलग सांधा होऊन बसते. म्हणून ओवी आणखी जातं हे तिच्या घरादाराला बांधून टाकणारं, न सुटणारं आयुष्यभरचं चक्र आहे. तिच्या मनाची सावली आहे. रुक्मिणी, जना, राधा इत्यादी तिच्याच रूपाच्या प्रतिमेच्या सावल्या. प्रतिबिंबं.

ह्या अडाणी बायकांनी ओवीतून, गाण्यांतून सर्व काही सांगितलं. माणसाची चांगली वाईट प्रकृती किंवा प्रवृत्ती ही त्याला आयुष्यभर वेढून असते. तिथे उपाय नसतो. एकाच गावात एकाच घरात दोन भिन्न प्रकृतीची माणसं असू शकतात. विहिरीच्या एकाच दांडाचं पाणी एका बाजूला उसाला मिळतं–त्याच शेतात त्या उसाला किती गोडाई. त्याची केवढी किंमत. आणखी त्याच शेतात त्याच पाण्यानं वाढलेल्या एरंडाची काय किंमत? त्याचं जाळायचं जळतणही नीट होत नाही. दोघांत जमीन अस्माना एवढा फरक. चंदन (चांगल्यात चांगली माणसं) म्हटलं तरी त्यातही बारा जाती. त्यातही खरं अस्सल कोणतं ते सांगितलं. हेच वेगवेगळ्या गोष्टींना लागू होतं. थोडक्या शब्दांत हे तिनं मांडलं. पापपुण्याचं मोकळेपणी लिहिलं. ते सांगताना तिला वावगं वाटत नाही. डवन्यानं (द्रोण करून) एकटी पाणी पिणारी नाजूक मैना मळ्यात पाहिल्यावर तिच्या मागे सावलीनं हिर्वळीत फिरताना कुणाची तरी वासना चाळवते. ते सर्व सर्पाच्या प्रतिमेतून मांडलं आहे.

माळ्याच्या मळ्यात सर्प हिंडे सावलीनं
नाजूक मैना वो पाणी पिते डवन्यानं.
माळ्याच्या मळ्यात नको जाऊ मुसलमाना
केळ बाळातीण घात केला रे दुस्माना.

असं म्हणताना मुसलमान ह्या जातीचा तो माणूस नाही. हे खेडे मराठवाड्यात असल्यानं निझामीतल्या मुसलमान लोकांची, रझाकार लोकांची त्यावेळची दहशत, हुकुमशाही, अत्याचार, भीती ह्यामुळे 'मुसलमान' हे वाईट प्रवृत्तीचे प्रतिबिंब म्हणून आहे.

झाली संध्याकाळ बिब्ब्या करती अल्ला अल्ला
कत्तलच्या राती बाई मिरवला डोला.

पळसखेडची गाणी । ९

असे काही वर्णनाचे प्रकारही नंतर ओवीत येत राहिले. केळीच्या पातिव्रत्यासंबंधी, नाजूकपणासंबंधी सबंध संस्कृत साहित्यात मराठी साहित्यात वर्णनांचे संकेत, संदर्भ आहेत. अतिशय मुलायम ओवीत शब्दांत तिनं हे मांडले आहे. चालीरीतीमधेसुद्धा अशाच काही गोष्टी ओव्यांमध्ये जवळपासच्या वस्तीच्या संबंधातल्या प्रतिबिंबातून नकळत आलेल्या दिसतील. एरव्ही तिला नीती अनीती पापपुण्य ह्यांचे सार माहीत असूनही—

अंधाऱ्या वडाखाले घोडा नाचे ठायी ठायी
समयाकारण देर भोगे भावजयी.

ह्याचं कारण पळसखेडच्या आजूबाजूच्या सर्व परिसरात नदीनाल्याच्या वस्तीनं वंजारी (लमाणी) आदिवासी लोकांचे तांडे आहेत. त्यांच्या लोकांची आपली काही काही देवाणघेवाण होणारच. दोन भावांत एकाची पत्नी वारली तर ती लहान असो मोठी असो दुसऱ्या भावानं भोगायची. बायको म्हणून नंतर ठेऊन घ्यायची. अशी जुनी प्रथा आहे. ती त्याच घरची लक्ष्मी दुसरीकडे लग्न करीलच. ते पाहाण्यापेक्षा ऐकण्यापेक्षा इथेच तिला ठेऊन घ्यावं. अशी रूढी. पंजाबमध्ये असं ऐकिवात आहे. राजेंद्रसिंह बेदी ह्यांच्या 'एक चादर मैलीसी' ह्या अतिशय गाजलेल्या कादंबरीची कथा मुख्यत: ह्या भोवतीच आहे. समाजातल्या चालीरीती त्या त्या ठिकाणची व्यवस्था इत्यादी अनेक गोष्टींचा सहभाग ओवीमधे आहे. अशा हजारो ओव्या.

दुसरा बंध झोपाळ्यावरल्या गाण्याचा. लग्नाचं गाणं, फुगडीची गाणी, एकदोन कथाकाव्य अशी निवड केली आहे. इथे दीर्घ कथा पुराणकथा मुद्दाम दिल्या नाहीत. गाण्यातल्या लयीच्या अर्थाच्या दृष्टीनं सुंदर अशीच गाणी निवडली. ज्यात खूप वेगळेपण आहे. नागपंचमीला, अक्षयतृतीयेला (आखाजीला) झोके घरोघरी बांधले जातात. झाडाच्या फांदीला दोन पदरी दोरीचा झोका बांधून एका दोरीवर एक दुसऱ्या दोरीवर झोक्याच्या दुसऱ्या बाजूला दुसरी बसली म्हणजे झोक्याला गती येते. आजूबाजूस दहा बारा बायकापोरी गाण्याला झील धरत असल्या म्हंजे अधिक उधाण येते. झोक्याच्या ठेक्यावर वाऱ्यावर गाणं वाढत जातं. सगळी गल्ली, खेडं दणाणून जातं. गाण्यात बुडतं.

सीताच्या माहेरी
कशाचं बन
सीतेच्या माहेरी

१० । पळसखेडची गाणी

आंब्याचं बन
आंब्याचा पाला
लागे चरचरा
देरा लक्षुमना
चला झरझरा
सुटला गगनवारा
बाग सुकला सारा.

लगेच चार ओळीत झटपट लय बदलते. धावरी होते तसा झोका झटपट ठेक्यावर वाढतो. गळ्यातून लय अधिक गहिरी होत जाते. मधल्या समेसाठी (थकव्याला) गाणं बंद होतं तेव्हा झोक्याच्या दोरीचा त्याच लयीतला ठेका झोपाळा ज्या फांदीवर बांधलेला असतो त्या फांदीचा त्याच लयीतला ठेका तेवढंच नेमकं हलत राहाणं. त्या फांदीवरल्या हिरव्या छोट्या झुबक्यांनी तेवढंच थांबणं. पुन्हा लयबद्ध हलणं. हे संपूर्ण वातावरणाला, झाडाला, त्याच्या फांदीला, दोरीला, तिथल्या पोरींना शब्दांच्या लयीत बुडवून टाकतं. नुस्तं शब्दांच्या गाण्यापुरतं ते मर्यादित राहात नाही. दोन तीन गीतं झाल्यावर मग एकाद्या कथेचं सूत्र हाती घेऊन गाणं सुरू होतं ती प्रेमकथाही असते. (किंवा कारुण्याची कहाणीही)

गावच्या गारूड्याचा खेळ। सजनाची
मैना पाहायले गेली ना। सजनाजी
त्यानं खडा काय झुगारला। सजनाजी
तीच्या पदराले लागला। सजनाजी

दुसऱ्या एका प्रेमकथेत–ती वयात आली आहे. मनानं अल्लड–मनमानी आहे. तिच्या यौवनाच्या हिरवेपणाचे वर्णन एकाच ओळीत केले आहे. पाटलाच्या घरी तिला देऊ केलं तर चावडीत बसण्याची लाज वाटते म्हणे. माळ्याच्या घरी देऊ केलं तर भाजी विकण्याची लाज वाटते म्हणे. अशा आणखी दोन तीन गावातल्या जातीपाती. गावात दुसऱ्या गावच्या नव्यानं आलेल्या कोण्यातरी 'राजा'वर त्याच्या खास जादुगिरीवर (कलेवर वगैरे) तिचे प्रेम असते. रीतभात जातपात सोडून बाजिंदी मनमानी लग्न लावते. असाही शहरी प्रेमप्रकार खेड्यात आहे.

बाभूळ बाईचा राजा आला न् बायजा
कोण्या देशचा राजा आला न् बायजा

नको जाऊ वो भीमा लेकी न् बायजा
देते पाटलाच्या घरी न् बायजा.
पाटिल घरचं काय केजं न् बायजा
चावडित बसता वाटे लाज न् बायजा

'गावामागली पांढरी' हे कथाकाव्य असंच नितांत सुंदर, काळजाला हलवणारं आहे. लयीत म्हणताना अतिशय गोड. कारुण्याच्या वर्णनात मी एकदा एक बाई रडताना पाहिली होती. खेड्यात गावाजवळच्या पांढरीच्या शेताजवळ पायऱ्यांनी बांधलेली बारव (बारो) विहीर असते. तिथे अमावास्या चावदसला पूजा केली जाते. इतरही काही वेळा सण उत्सवात नरबळी किंवा 'वर' म्हणजे घरातले नवराबायको लग्नानंतर कोणीतरी नवसाची कबूलात घराण्याची जुनी कबूलात 'भग' पद्धतीनं बळी द्यायचे ते नरबळी जोड्यानं देताना कालवाकालव किती होणार? पण रूढीपरंपराच्या जखखड लोकांमधली जुनी कथा. तिला वर्णनात किती काव्यात्म केले आहे. तिचा जीव तिच्या मुलात अडकतो. संसारात अडकतो. परन्तु घराण्याच्या इभ्रतीसाठी ती तिचा 'वर' देते. सगळंच भयानक आहे. मुद्दाम हे एक गीत घेतलं.

लग्नातलं एक गाणं आहे. नेहमी म्हटल्या जातं. लग्नात. लग्न झाल्यावर नवरानवरीच्या आंघोळीचं वर्णन. रीतीभातीचं वर्णन. हळद धुवून झाल्यावर नवरी पहिल्यांदा तिच्या चांगल्या गुणी पायगुणानं घरात प्रवेश करणार आहे. देव्हाऱ्यात अगोदर देवाला नमस्कार करून सासऱ्याच्या पहिल्यांदा पाया पडते. शुभ शकुन म्हणून दारापासून थेट घरात देव्हाऱ्यापर्यंत तांदळाच्या दाण्यांची पेरणी करत जावी लागते. ही सून ह्या घराला भाग्याची होवो असं सासरा देवाला आशीर्वाद मागतो. असा हा अतिशय गोड क्षण. आंदण, देणंघेणं घरात पडलेलं आहे. दोघांच्या आंघोळीच्या पाण्यानं हा दांड हिरवा होईल तिथं हिरवं बन त्याच्या जीवनाचं होईल. तो हिरवा निळा मोर उधळत राहील. आंब्याचाफ्याच्या डेरेदार झाडावर बसेल आणिक नंतरचे हिरवेपण. आयुष्याचे. ह्या सर्व प्रतिमा त्यांचं रूप ह्यासंबंधी मी काय बोलावं? हे त्यांना कसं सुचलं असेल, हे नितांत सुंदर गाण्यात कसं बसविलं असेल हाच मला प्रश्न.

नवरा नवरी माय कशी न्हाते
तेच पाणी माय मोर पेतं
तिठून मोर माय उधळिला
आंब्यासाप्यावर बसविला

१२ । पळसखेडची गाणी

आंब्यासाप्याची हिरवी काडी
नवरी नेसते हिरवी साडी.

या गाण्यात तांदूळ शब्द 'तांदूय' होतो. 'सासरा म्हणे सून माले भागानी होशी' ही ओळ अहिराणी बोलीच्या शब्दांत गुरफटलेली आहे. देसू वोऽ बाई ढवया गायी हेही बोलीचे अहिराणीपण. अगोदरच मी लिहिल्याप्रमाणे, जवळच्या अहिराणी प्रदेशाचा नकळत कमी अधिक परिणाम. काही गीतंच जवळजवळ पूर्णत: अहिराणी. (एकदोन गाणी आहेत.) कित्येक गाण्यांत ही सरमिसळ विदर्भ बोलीची, खानदेशी लकबीची. शब्दांची. त्यामुळे मजेशीर असं सौंदर्य म्हणताना त्या त्या गाण्याला आलं. नात्यागोत्यासारखं हेही एकमेकात पार मिसळून गेलं आहे. घट्ट. सर्वच गाण्याच्या संबंधात ठोकळेवजा लिहिणंही कठीण आहे. संध्याकाळी चिवचिव चिमण्यांसारखी अंगणात गरका घालीत धिंगाणा घालणाऱ्या पोरी, फुगड्या खेळणाऱ्या पोरी. घट्ट गाण्याच्या लयीत नाचणाऱ्या.

असा मह्या भांग
केळीचा खांब
टिकली लाव पोरी
टिकली लाव.
अशी मही मिरी
चवळीची डिरी
टिकली लाव पोरी
टिकली लाव.

संथ लयीत ओळीओळीनं जाणाऱ्या बगळ्यांच्या रांगा आभाळभर उडताना. कतारीकतारीनं जाताना त्यांच्याकडे, आभाळाकडे बोटांची नखं उडवित—

बगळ्या बगळ्या फुलं दे.
पाची बोटं रंगू दे.

गाणं म्हणणाऱ्या पोरींचा गिल्ला...त्याची लय आभाळभर पसरणारी असते. थेट ढवळ्या बगळ्यांच्या रांगांसारखी फुलं मागणारी. अरुण कोलटकर ह्यांच्या कवितासंग्रहाच्या पहिल्या पानावर दोन ओळींची कविता आहे.

पळसखेडची गाणी । १३

आकाशी बंगला
खालि पाय रंगला.

इथेही लोकागीतात त्याच लयीत तशीच गाणी

सायिबाचा बंगला
चुन्यानं रंगला.

आकाशी बंगला...आकाशी रंगाचा निळसर पांढरा बंगला. त्याचा. जो कोणी असेल. इथेही साहेबाचा तोच बंगला...चुन्यानं रंगला. चुन्याचा पांढरा आकाशी निळसर रंग. त्याची छटा. मुद्दाम आठवण झाली म्हणून लिहिलं. असं ह्या गाण्यांचं शब्दांचं लयीचं काव्याचं नातं थेट मराठीतल्या अगदी नव्या ताकदीच्या कवीपर्यंत जुळणारं. त्यात सरमिसळ होणारं.

वही. जात्यावरल्या बायका म्हणतात ती ओवी. डफ, ढोलकी, घुंगरू घेऊन रात्ररात्र म्हणणारे, सणउत्सवाला त्यांचे दैवत कानोड कन्हेरसाठी श्रावण भाद्रपदात विशेषत: बेहद्द होऊन म्हणणारे गावातले कवी, शाहीर मी पाहिले. ते हे वहीवाले. सबंध रात्ररात्र कूट प्रश्न, आध्यात्मिक प्रश्न टाकून सवालजबाब करणारे. कलगीतुऱ्याच्या शाहिरी परंपरेतले. लावणी प्रकाराला जवळचे. ह्या पद्धती खऱ्यातर नाथसंप्रदायापासून विकसित झाल्या. पुढे वेगवेगळ्या वाटांनी वाढल्या. प्रकृती पुरुषाचे तत्त्वज्ञान असलेली अनंत कवने त्यात विशेष महत्त्वाची. खूप खोलवर जाऊनही जुन्या लोकांना विचारूनही वहींतल्या कानोड कन्हेर ह्या दैवतांचा नीट आधार संदर्भ जास्तीची माहिती मिळू शकत नाही. कदाचित गावातल्या आज हयात पिढीला माहीत नसेल ती जागरूकता तेवढी (जुन्यांएवढी) ह्या पिढीत नसावी. शेजारच्या गावीही माहितीसंबंधी बरेच अज्ञानच. किंवा थातुरमातुर म्हणून अधिक काही दिले नाही. अलीकडच्या काळात त्याच 'वही'च्या बांधणीत इतर वर्णनांचा भाग येत चालला आहे. शेतकऱ्यांचे, कर्जात बुडाल्या गावांचे, पिकावरील नव्या रोगराईचे, संसारात विटून गेल्या सुखदु:खांचे त्यातल्या असहाय जगण्याचे गाणे वह्यांमधून मांडले गेले. आज ते गाइले जात आहे. अगदी अलीकडच्या काळातील कर्जाचे वाढलेपण त्याचे दुष्परिणाम, भंपकपणा, त्यातच मुलीच्या लग्नाची चिंता इत्यादी अनंत प्रश्नांनी हे खेडे वेढले आहे. वहीमधून उभं राहिलं आहे. एवढंच नाही तर 'धर्म बुडाला कली युगात' ह्या वहीत शेवटी अलीकडच्या पाचसात वर्षांपूर्वीच्या (१९७५च्या) सत्तेच्या हुकूमशाही राज्य राबविण्याचा निसटता पण पोटतिडिकेचा उल्लेख आहे. इतकं जागरूकपणही कमी

नाही. काही (गाणी, कवनं) वह्या पारंपरिक शेजारपाजारच्या गावांतून बऱ्याच वर्षांतून आलेल्या असतील. इथे नंतर रूढ झाल्या. कवी अमृत पळसखेडेचे नाहीत पण त्यांच्या वह्या इथे म्हणतात. एकदोन गाणी विशेषत: अहिराणी गाणी जवळच्या इतर गावांची असतील. पण ती खूप गावांत रूढ आहेत.

वहीची सुरुवात होते त्यावेळी पद्यसदृश गीतात्मक लयीत दोन सखीच्या (की साकीच्या?) ओळी म्हटल्या जातात. कंसाच्या भागात त्या ओळी टाकल्या आहेत. उर्दू काव्यात ज्याप्रमाणे नजाकत पेशकरताना ज्या पद्धतीनं गाण्यापूर्वी दोन चार ओळी म्हटल्या जातात त्या पद्धतीनं ह्या ओळी येतात. नंतर गाण्याच्या वेगळ्या बंदिशीत ध्रुवपद म्हटल्या जातं त्यानंतर पुन्हा मुक्त लयीच्या पद्धतीनं पण बंदिशीत दोन चार ओळी येतात पुन्हा ध्रुवपद. अशा पद्धतीची 'वही'ची रचना आहे. ध्रुवपदाच्या दोन ओळींना किंबहुना पुष्कळदा सबंध गाण्याला आशयाला अगोदरच्या दोन ओळी मदत करतात म्हणून त्यांना गाण्याची सखी (मैत्रीण) म्हणायचं इति. श्री. म. वा. धोंड यांच्याशी चर्चा करून. साकी इत्यादी प्रकार इथे संभवत नाही. अतिशय पसरट असलेल्या ह्या बांधणीत मांडणीत मला जिवंतपणा व 'गाण्याची' ताकद वाटली. मी व्यवस्थित ह्या अशा फॉर्ममध्ये कविता बांधून पाहिली.

असं एकादं पाखरू वेल्हाळ
त्याला सामोरा येतेया आभाळ
ह्याला काय लेऊ लेणं मोती पवळ्याचं रान. इ.

आणि ह्या वहीचं, कवितेचं व्यासपीठावर वाचताना महाराष्ट्रात भलतंच कौतुक झालं. ह्याच फॉर्ममध्ये नंतर अशी वही (कविता) मुद्दाम स्वत: म्हणायची म्हणून लता मंगेशकरांनी आग्रह धरला व 'राजा माझ्या अंबाड्याला बांधावा गजरा' ही वही गायिली. केवळ फॉर्मच्या नवेपणामुळे वेगळेपणातल्या मांडणीमुळे.

मी माझ्या दुसऱ्या काव्यसंग्रहाला 'वही' हेच नाव दिलं. इथं हे सांगायचं टाळणं ठरवूनही थोडं लिहिलं ते त्या गीतप्रकाराची थोडी फार कल्पना यावी या हेतूनं. जे आज गाणं म्हणून सर्वत्र रूढ झालं आहे. माहीत आहे. 'कोसला' कादंबरीत पाचव्या भागात सांगवी गावात धुडकू कित्येक वह्या म्हणतो. नंतर तिथे अध्यात्मिक भाग प्रश्नोत्तरं आली. तिथे काही वह्याही कोसलात दिल्या आहेत. खानदेशात हा गीत प्रकार अधिक जुना तसाच लोकप्रिय आहे.

निरंकारी वह्यांमध्ये आध्यात्मिक प्रश्न, आत्मा कुडी संसार ह्यांचे प्रश्न टाकलेले

आहेत. एका वहीत प्रश्न आहे. दुसरीत उत्तर आहे. सगळा व्यवस्थित साधार शास्त्राधार.

घरादाराचे झाले भांडण
दार म्हणते निघ माझ्यातून.
काडीकचरा शुद्धपण, ते गेले पळून। इ.
त्याचे उत्तर लगेच दुसरा कोणी वहीतून देत असतो.
आत्मा कुडीचे झाले भांडण
कुडी म्हणते निंघ माझ्यातून
जीव चालला कुडीवर रुसून । इ.

'कानोड कन्हेरच्या अध्यात्मिक निराकरणाचं, शिणगाराचं वहीतलं वर्णन ऐकलं म्हणजे आपण थोडावेळ चक्रावून जातो. लालबागाच्या आंबराईत त्यांचा खेळ चाललाय् त्याचं वर्णन निव्वळ निसर्गात मांडलेलं आहे.

अहो सरू चंदन...
केकत केवड्याचं बन
तिथे कानोड कन्हेर खेळे

किंवा

चोळीवर चित्र दोन
चंद्र सूर्य काढून.
तीन तालाचा घेर घेते घागऱ्याचा
माझ्या कानोडला नाद फुगडी खेळण्याचा.

शेतकऱ्यांच्या जीवघेण्या दु:खाचं अपार वर्णन करताना डफावर ढोलकीवर शब्दकळा थरथरते. त्यानंच पिकवावं. कर्जात भरावं. फारसं पिकत नाही म्हणून विकत घेऊन धान्य खावं. मजुरी रोजंदारी करावी. हा सगळा कलियुगाचा उरफाटा न्याय त्याला मान्य नाही पण रोज तसंच जगणं नशिबी आलं. जगावं लागतं नुस्तं.

कष्ट करून थकतो दिनभरी
नाही आरामाची झोप त्याला खरी
नाही खायाला घरात जव्वारी
दोन रुपये रोजंदारी

१६ । पळसखेडची गाणी

सांगा कसं पडेल पुरी
असा कसा रे न्याय तुझ्या घरचा
व्यर्थ जन्म रे आपुल्या कुनब्याचा.

अशा ह्या वह्या. शेकडो. इथे अधिक वेळ विस्तार करीत नाही. प्रातिनिधिक म्हणून काही समोर ठेवल्या. हवाली केल्या.

शेवटी दोन भारूडं दिली आहेत. अगदी नव्या पद्धतीची. नव्या जगतातली. त्यांच्या खेड्यातली खास. रचना पद्धतीचं वळण मांडणी तेवढी पारंपारिक रूढ भारूडांची. अनुभवांचा रांधा नवा. चालू. तसा आक्रमक पद्धतीचा. सुंदर बायको मिळेचना ह्या भारूडाला तोड नाही. खूप कमी शब्दात ताकदीनं ते बसविलं आहे. काहीही बोलण्याची आवश्यकता ठेवलेली नाही. बहुसंख्य नवराबायको मधल्या संसारातला बिघाड. त्यांचा बेबनाव. (जगभराचा/घरातला अंतर्गत लपलेला) आणि त्यानंतरची वाताहत. भावनिक न सांगता भारूड पुष्कळ काही सांगून गेलं आहे. आपण हसतो. दुसरं भारूडही गावाच्या पालखीच्या उत्सवात लहानपणी ऐकलं होतं. गणपतराव खंडाळकर त्याचा कवी. दुसऱ्याला म्हणायला दिलं होतं. एकनाथी भारूडांच्या गर्दीत मधेच कोणी ते म्हणलं. त्यावेळी जवळपास सगळीच माणसं जिवंत होती. हजर होती. (आता दोन तीन जण अजून आहेत.) त्यांच्या स्वभावासकट. खास अशा सवयीसकट. त्या सगळ्यांची व गावच्या उल्लूपणाची भारूडात जिरवली आहे. खेड्यात दिवसभर माणसं शेतावर कामासाठी गेलेली असतात. बऱ्या स्थितीतल्या, श्रीमंत घरातल्या बायका पोरं तेवढ्या घरी. साधू संत, भोंदू गावात भीक मागत फिरतात. फसवतात. पैसे उगाळतात. हस्तरेषा कुंडली इत्यादी करून पैसे काढतात. कुठल्याही रोगावर कुठलीही वनस्पती औषधी, गोळ्या देतात. (एका बाईला मूल होत नव्हते म्हणून सर्पांची अंडी घेतल्या गेली. नंतर पोटात सर्प वाढत राहिले वगैरे ती खलास झाली.) हे लुबाडतात. कोणी थांबवले तरी दानधर्माच्या नावाखाली गप्प बसवतात. ह्या सर्व अक्कलहीन साधू भोंदू गधड्यांसाठी भारूडात–

आया बायाहो धरम करा
गधड्याच्या गांडीत शेंदुर भरा
त्या गधड्याले रंग ना रूप
नारायण मास्तर लावे कूप.

नारायण मास्तर हा तसा अंगठे बहाद्दर. पण 'मास्तरची' पहिल्यापासून त्याला डिग्री.

(एक असाच गावात बिगर डिग्रीचा वकील आहे. अशिक्षित. फारच वकिली शिकवतो म्हणून) मास्तरनं सतत वाड्याचं खळ्याचं दुसऱ्याच्या हद्दीत कारीकुपारी वाढतीत राहणं सतत पंचांनी तहशीलनं तो कमी करणं काढून घेणं. पण हा त्याचा उद्योग कधी बंद नाही. आनंदा भावजी सतत तोंडात ओबड धोबड शिव्या ठेवणारा. धंचोटपणानं ह्याटाबोडा उडवित वागणारा. 'काय उपटून घेसान ठाऊक हाये' बकणारा. एकदा आगावूपणापायीच व्यवस्थित ठोकल्या गेला. काही होणं जाणं नाही. फक्त तोंडात जोर. असली सतत भाषा. महिपतरावांच्या भक्तीचंही तसंच थोतांड. असं प्रत्येकाच्या स्वभावातलं वागण्यातलं व्यंग फारच शंभरनंबरी बांधलंय. आणि गावच्या उल्लूपणाचा कळस काय काय चालतो हे सांगितलय्. भारूडाची रचनाही फार साधी पण वेगळी वाटते. बोलकी वाटते. पहिल्या ओळीचा उत्तरार्ध दुसऱ्या ओळीच्या पूर्वार्धात पूर्ण होतो. काही सांगतो. पुन्हा ह्या ओळीचा उत्तरार्ध तिसऱ्या ओळीच्या पूर्वार्धात. अशी थोडीसी वळणाची गमतीची रचना. पण तशी फारच जाणीवपूर्वक केलेली. फाडून टाकणारी. नव्या उपहासगर्भ कविता लिहिणाऱ्या मराठीतल्या कवींनी जरूर यातली धडक आणखी हादरा लक्षात घ्यावा. शब्दांचा कमी वापर करून मिळवलेली ताकद तिचे ओरबाडणे पाहावे. मला हे फार ताकदीचे, नवे वाटले. अशा कितीक रचना. त्यांचे हे थोडेसे प्रातिनिधिक.

१८ । पळसखेडची गाणी

माळ्याच्या मळ्यात सत्व राखलं जाईनं
बिना पुरुषाचं कंबळ टाकलं केळीनं

ओवी

१

जात्यावर बसता
कंठ फुटला जात्याले
उल्हासलं मन माझं
गेलं आभाळाले.

☐

२

देवा सूर्यनारायणा नितनेमानं ऊगवा
मह्या कपाळीचं कुकू साता जन्मात टिकवा
सकाळी उठून हात भरले शेणाणं
कपाळीचं कुकू भडक्या मारतं मेणाणं
लगनाचा देव कसा पूरबीचा राजा
चोळी लुगड्याचा छंद पुरवला माझा
लगनाचा जोडा कसा देवाधर्मावाणी
नको देऊ पोरी डाख्या हातानं तू पाणी
दुबळी मी देवा मले दुबळं राहू दे
लगनाचा जोडा साता जनमी जाऊ दे

☐

पळसखेडची गाणी । २१

३

पाण्यापावसाचं आभूट आलं जांभळून
सांगते सोयऱ्याला मैना नेजो संभाळून
सांगून धाडते इहीन इहीनीले
चाफ्याबराबर वागव मह्या चमेलीले

□

४

चंदन चंदन चंदनाच्या बारा जाती
अश्शील चंदन येच्या मुळ्या खोल जाती
अश्शील कमशील बसले शेजारी
अश्शीलाले मोल भारी कमशील गेलं तेजावरी
अश्शील कमशील एका दांडी पाणी पिले
उसाले गोडाई कमशील वाया गेले

□

५

अंगणी अंग धुता डोळ्यानं खुणावता
मनात समजते जणू धोतर मांगता
भरताराचं सुख तळहाताची सावली
नही आठू देल्ही परदेसची मावली
आधणाचं पाणी त्यात भात शिजवते
रुसवे फुगवे त्यात सुख पिकवते
गुजाशी गुज बोलू चांदणी आली माथा
शेजीले भर्म मोठा मैना संगे कोण होता
मुलूखगिरीले नको जाऊ रे सजणा
अस्तुरी दिलगीर तुम्हा करिते याचना

□

६

सिता जाते माहेराले सांगून जाते धोबीनिले
रामाचा रुमाल वाळत घाल निंबोनिले
सिताबाई म्हणे मले कशाचं माहेर
झाले बारा वर्सं केला रामाते आहेर
बाईचा हा जन्म नको घालू सख्याहारी

रात्र ना दिवस परक्याची ताबेदारी
माय तुह्या घरी मीनं काम नही केलं
रांजणाचं पाणी मले कोसावाणी झालं

◻

७
रुक्मिणी म्हणे विठ्ठला नाही लाज
तुळसागरतीच्या वाड्याले जातो रोज
रुक्मिणी म्हणे विठ्ठला पिरतीच्या
नको जाऊ वाड्या तुळसागरतीच्या
रुक्मिणी हाटेल जाते तुळसिले खेटून
जरीचा पदर आल्या मंजूळा तुटून
रुक्मिणीची चोळी सत्यभामेच्या धुण्यात
हारपले मोती चंद्रभागेच्या पाण्यात
रुक्मिणीले साडीचोळी सत्यभामेला दोरवा
तुळसाबाईला थंड पाण्याचा गारवा
रुक्मिणीले साडी सत्यभामेला पातळ
तुळसाबाईले पाणी गंगेचं नितळ
विठ्ठला शेजारी रुक्मिणी बसेना
अब्बिर गुलालाची गरदी सोसेना
रुक्मिणीचा शेला पालखीच्या दांडीवरी
रुक्मिणी गेली झोपी विठ्ठलाच्या मांडीवरी

◻

८
पंढरीची वाट कशी दगडाधोंड्याची
देवा विठ्ठलाची दिंडी पिवळ्या झेंड्याची
पंढरीची वाट कोण्या पाप्यानं खंदली
देवा विठ्ठलाची गाडी बुक्याची सांडली
चंद्रभागे आला पूर नावा चालल्या बुडत
विठ्ठलाची राणी आली नारळ फोडत
विठ्ठल विठ्ठल हाका मारू येड्यावाणी
चंद्रभागे पाणी धावा घेत घोड्यावाणी
पंढरीची वाट बाई कशी झाली ओली

पळसखेडची गाणी । २३

न्हालेली रुक्मिणी केस वाळवित गेली
बोलला विठ्ठल रुक्मिणीले नही ज्ञान
आपल्या दाराऊन जना गेली आबोल्यानं
विठ्ठल पुसतो माही जना का सुकली
चंद्रभागे पाणी धुणं धुतांना एकली
बोलला विठ्ठल जना माही सासुरवाशी
अशी गेली झोपी जात्याच्या पाळूपाशी
रुक्मिणीनं पती आडवले आडभिती
खरं सांगा देवा जना तुमची कोण होती

□

९

वाट पाहू पाहू डोळे झाले कुकावाणी
माय तुहा लाल कसा झाला लोकावाणी
मनाचा पस्तावा कालपर्वाच्या धरून
माय तुहा लाल गेला गावाच्या वरून
बहिणीच्या भावा परभारे जाऊ नको
दुबळी मी दादा नादारीले ब्याहू नको
शिप्याच्या पालात दिवा जळतो नितळ
बोलला भाऊराया घेऊ बहिणीले पातळ
शिप्याच्या पालात उभी दोरीले धरूनी
भाऊ गवळ्याले खण दावत दुरूनी
बहिणीले भाऊ एक तरी वो असावा
थकल्या जिवाले एका रातीचा विसावा
लावणीचा आंबा कसा अडचणी पिकला
भाऊ मह्या लाल हाये मायेचा एकला
आंब्याची आंबराई पिकून झाली सडा
सांगते भाऊराया बहिणीले गाडी धाडा

□

१०

कोन्हीकडे गेली मह्या कुंकाची टिकली
कव्हा ते येईन वाट मंदिरी पाहिली
शेजबाज केली उसा समई ठेवली

गूज बोल्यासाठी वाट राघूची पाहिली
रुसले भरतार जाऊन बसले पाह्यरी
आडोख्याची बोली लय्दी लावले माह्यरी
रुसले भरतार पलंगाखाली पाय
खरं सांगा देवा अन्याव केला काय
रुसले भरतार समजाऊ कशीतरी
पुणवी चांदणं पाखडलं घरीदारी
राजबंशी पाखरू वो चोचीत दुखलं
मोतीपवळ्याचा चारा खाणं इसरलं.

पिकल्या पानाचे इडे केले हातावरी
रायाला सम्‌जावता चंद्र आला माथ्यावरी
पिकल्या पानाचे इडे केले परातीत
दोघाचं एक चित काय करिन तिऱ्हाईत
शेजबाज केली थोडी समई सारली
टिपूर चांदणं वघळलं अंगावरी

□

११

माळ्याच्या मळ्यात नुस्ती माळीन एकली
जाईच्या फुलांची इनं काचोळी गुफली
माळ्याच्या मळ्यात सर्प उचलतो मान
भाऊ बेईमान घाले बहिणीची आण
माळ्याच्या मळ्यात कसं राजस कोकरू
झाड अंजीराचं झडा मारतं पाखरूं
माळ्याच्या मळ्यात सर्प हिंडे सावलीनं
नाजूक मैना वोऽ पाणी पिते डवऱ्यानं
माळ्याच्या मळ्यात सत्व राखलं जाईनं
बिना पुरुषाचं कंबळ टाकलं केळीनं

माळ्याच्या मळ्यात नको जाऊ मुसलमाना
केळ बाळातणी घात केला रे दुस्माना!
माळ्यात मळ्यात नको जाऊ रे शिपाया
केळ बाळातणी पाडी लागला पोपया

लेकुरवाळी झाली ज्वानीची रया गेली
केळीच्या पानाची बाळाले झोळी केली

◻

१२

सावळी सुरत आली हिरत फिरत
जरीचा रुमाल नही नजर पुरत
सावळ्या सुरतीचं येड लागलं नारीले
केवड्याच्या बना दिलं वचन हरीले

घरची अस्तुरी कशी पुरनाची पोळी
पराया नारीसाठी घाले खिशामंधी चोळी
घरची अस्तुरी कशी धाब्याचा धुत्वार
पराया नारीसाठी घोड्यावर सव्वार
घरची अस्तुरी कसा हळदीचा गाभा
पराया नारीसाठी हाये गल्लोगल्ली उभा
घरची अस्तुरी कसं खोबऱ्याचं खांड
पराया नारीसाठी घाली मोरीमंधी तोंड
घरची अस्तुरी कसा आंब्याचा उधळा
पराया नारीसाठी झाला नदीचा बगळा
घरची अस्तुरी कशी कांद्याचं फोतर
पराया नारीसाठी आथरे डोईचं धोतर
घरची अस्तुरी कसा पाण्याचा तलाव
पराया नारीसाठी केला घराचा लिलाव
घरची अस्तुरी कसा दारूचा सुरंग
पराया नारीसाठी यानं भोगला तुरुंग

◻

१३

लिंबोणीचं लिंबू लिंबोणीखाली लोळे
येड्या गबाराचे धुंदीनं भरले डोळे
बोलला गवार आलं पाण्याले आधन
अंगभर पाला तरी पेटलं इंधन
बोलशी गबारा तुले नही बोलू द्याची

लेक पांढऱ्याची बहिण बाजिंद्याभावाची
बोलशी गबारा तुले कशी बोलू दिन
लेक मी अश्शीलाची सूड वैऱ्याचा घेईन
पांढऱ्याच्या लेकी आम्ही तलवारीच्या धारी
जाईन तुहं पानी तू दुरून बोल नारी
लिंबोणीचं लिंबू देठोदेठी कतरलं
नारीच्या बोलण्यानं मन माह्यं उतरलं
वाऱ्याच्या सुतानं पान केळीचं फाटलं
नारीच्या बोलण्यानं मन माह्यं उतरलं
काम करू करू दनानली मही छाती
खाली पाह्य पाप्या नजर गेली आभाळाशी
वाटेच्या वाटसरा वाटीनं चाल नीट
अश्शीलाची लेक वाकडी केली वाट
वाटीच्या वाटसरा वाट कशाले पुसतो
डोळ्यांमंधी बद्दी मले मवाली दिसतो
पापी तू मनुष्या तुही पापाची नजर
लेक अश्शीलाची गेला वाऱ्यानं पदर
पापी लावे पाप मह्या बोटाच्या नखाले
पायानं पाजीन पानी तुह्या सर्गीच्या बापाले
पापी लावे पाप मह्या धुतल्या साडीले
पडतीन किडे येच्या मरत्या कुडीले
बिना देखल्यावाचून पापी लावे पाप
वस्तीतले लोक अवघे महे माय बाप
पापी रे मनुष्या नको बसू बजारात
लेक अश्शीलाची नको घेऊ नजरात
पापी रे मनुष्या पाप तुह्या मनोमनी
तांब्याभर पाणी मीनं दिलं भोळ्यापणी
अश्शीलाची लेक अश्शीलपण भोगू किती
कमशिलाच्या बोलण्याले टाळा मी देऊ किती?
(जीवाले देते जीव देऊन पाह्यला
कावळा बेईमान त्येच्या जातीवर गेला)

□

१४

काळी चंद्रकळा मैना नेसते सुंदर
बारीक कंबर मिऱ्या पडल्या शंभर
हसू नको नारी हशाचे भय किती
गळाभर मोती लेन्याची आप जाती
हसू नको नारी हसल्यानं दिसती दात
भरल्या सभेमंदी पाणी पुरुषाचं जात
चंद्रावळ नार पाय नही तुहा थीर
भरल्या गल्लीतून पाहाते भिरभिर
चंद्रावळ नार तुह्या माथ्यावर जुडा
हाती पान चुना पुसे मैतराचा वाडा
चंद्रावळ नार तुह्या घागरीले बोळा
मांघे उलटून पाहे तुहे मैतर साडे सोळा
चंद्रावळ नार तुह्या घागरीले खडा
मांघे उलटून पाहे तुहा मैतर झाला येडा
नाचणं नाचते ताल तोडते भुईचा
मह्या बंधवाचा रुमाल मांघते डोईचा
  समींद्राच्या काठी मगर आले मस्तीवरी
  पराया नारीसाठी तट झाले वस्तीवरी
  अंधाऱ्या वडाखाले घोडा नाचे ठायी ठायी
  समया कारण देर भोगे भावजयी

□

१५

गेला माह्या जीव कवळी पडली केसाची
माहेराच्या वाटे रेस लागली गोताची
गेला माह्या जीव मले भितीशी खुटवा
सोन्याचं पिंपळपान माह्या माहेरी पाठवा
गेला माह्या जीव ठाउक पडले येशीपाशी
माय तुहा लाल गंध कपाळाचा पुशी
गेला माह्या जीव गेला तसाही जाऊ द्या
माऊलीचे लाल बोळणवाल्याले येऊ द्या
गेला माह्या जीव नका करू संध्याकाळ

पोटच्या पोराची थंड्या पाण्याची आंघोळ
गेला माह्या जीव माह्या किल्डीले साकळ्या
देर जेठ ओझा खांदे राम चालू द्या मोकळा
गेला माह्या जीव माह्या किल्डीले चांदवा
सांगते भरताराले दुसरी करून नांदजा
गेला माह्या जीव पुरुष रडतो वसरी
आता सोडा मही अशा राणी करजा दुसरी
गेला मह्या जीव पुरुष रडतो चोरून
लगनाचा जोडा नही येणार फिरून

□

१६
सरलं दळण राहिलं सुपाकोनी
विठ्ठल रुखमाई गायीली रत्न दोन्ही
सरलं दळण माही भरली ओंजळ
सोन्याची तुळस वर मोत्याची मंजूळ
सरलं दळण घालू शेवटला घास
असाच हात लावी शेजी तुझी मले आस
सरलं दळण मी ते आणिक घेणार
देवा विठ्ठलाची मले पालखी येणार
जिवाले झालं जड सांगू तरी कोणापाशी
शेवटला घास मन फिरते आकाशी
सरलं दळण सरलं म्हणू नही
सासर माहेर नांदतं दोन्ही सये

□

झोपाळ्यावर बसू
सारख्या साड्या नेसू
वेलीवर साळुंक्या वोऽ
सारख्या बहिणी दिसू

झोपाळ्याची गाणी

१

झोपाळ्यावर बसू
सारख्या साड्या नेसू
वेलीवर साळुंक्या वोऽ
सारख्या बहिणी दिसू

□

२

नवरा नवरी माय कशी न्हाते
तेच पाणी माय बना जाते
बनाचं पाणी माय मोर पेतं
तिठुन मोर माय उधळिला
आंब्या साप्यावर बसविला
आंब्या साप्याची हिरवी काडी
नवरी नेसते हिरवी साडी
नवरदेव नेसतो धोतर जोडा
मक्कामलीचा ईडा केला.
खन खन कुदळी
लखलख माती

ते माती ते माती
कुंभार गल्ली
कुंभार दादा
दाहिंड घडी
पहिल्या दाहिंडी
कोण बी न्हाये
न्हाते वोऽ न्हाते
नवरी माये
दुसऱ्या दाहिंडी
कोणबी न्हाये
दुसऱ्या दाहिंडी
नवरदेव न्हाये
मामाजी मामाजी
आंदण काय?
देसू वोऽ बाई
ढवया गाई
ढवया गाईचे
खिल्लारी गोऱ्हे
खिल्लारी गोऱ्ह्याले
रंगीत गाडी
रंगीत गाडीवर
पलंग पेढी
पलंग पेढीवर
समया चारी
इतलं लेणं
दैवाच्या नारी.

इतलं लेसी
परघरी जाशी
आई बा न्या जीवा
झया लावशी
सासरा म्हणे सून माले
भागानी होशी

३४ । पळसखेडची गाणी

तांदूय पेरत
देव्हारे जाशी

□

३
अश्शी माती चांगली त तीचा ओदा बनाउ जी
असा ओटा चांगला त त्यावर जातं रऊ जी
अस्सं जातं चांगलं त त्यावर सोजी दळूजी
अशी सोजी चांगली त तीचे लाडू बनाऊजी
असे लाडू चांगले त शेल्या-पदरी बांधू जी
असा शेला चांगला त घोड्यावरी टाकूजी
असा घोडा चांगला त माहेरी धाडू जी
अस्सं माहेर चांगलं त धिंगामस्ती खेळू जी

□

४
बाभुळबाईचा हिरवा पाला न् बायजा
कोण्या देशचा राजा आला न् बायजा
तेची किंगरी नाना परी न् बायजा
भिमा काय जाते तेच्या घरी न् बायजा
नको जाऊ वोऽ भीमा लेकी न् बायजा
देते पाटलाच्या घरी न् बायजा
पाटिल घरचं काय केज न् बायजा
चावडित बसता वाटे लाज न् बायजा

बाभुळबाईचा हिरवा पाला न् बायजा
कोण्या देशचा राजा आला न् बायजा
तेची किंगरी नाना परी न् बायजा
देते माळियाच्या घरी न् बायजा
माळ्याघरचं काय केज न् बायजा
भाजी इकता वाटे लाज न् बायजा

कोण्या जातीचा-पातीचा न् बायजा
कसं सांगावं समजावं न् बायजा
तेचि किंगरी नाना परी न् बायजा

भिमा काय झालीया भिंगरी न् बायजा
बाभुळबाईचा हिरवा पाला न् बायजा
कोण्या देशाचा राजा आला न् बायजा

□

५

दारी सुपाचे सुपा पानं वोऽ सजनाची
दारी पाव्हणे कोण कोण वोऽ सजनाची
दारी गंगूचे देर जेठ ओऽ सजनाजी
ते काय घ्यायाले आले वोऽ सजनाजी
तेच्या गाडीवर बसत नही न् सजनाजी
तेची गाडी काय काडीमूडी न् सजनाजी
तेचे बैल काय संकाडी न् सजनाजी
तेचा धुरकडी कैकाडी न् सजनाजी
तेचे जोते काय उंदीर न् सजनाजी
तेच्या नावाले लावा काडी न् सजनाजी
दारी सुपाचे सुपा पानं वोऽ सजनाजी
मले माहेरी समाधान वोऽ सजनाजी

□

६

सासरच्या वाटे
कचुकुचु काटे
आज कोन पाव्हना आला वोऽ बाई
सासरा पाव्हना आला वोऽ बाई

सासऱ्यानं काय
आनलं वोऽ बाई
सासऱ्यानं तोडे
आनले वोऽ बाई
तोडे मी घेत नाही, सासरी मी जात नाही
झिपरं कुत्रं सोडा वो बाई
(आज कोन पाव्हना आला वोऽ बाई)

आज कोन पाव्हना आला वोऽ बाई

३६ । पळसखेडची गाणी

ननंद पाव्हणी आली वो बाई
ननंदीनं काय
आनलं वो बाई
ननंदीनं पाटल्या
आनल्या वो बाई
पाटल्या मी घेत नाही, सासरी मी जात नाही
चारी दरवाजे लावा वो बाई
झिपरं कुत्रं सोडा वो बाई
सासरच्या वाटे
कुचुकुचु काटे

□

७

रडू नका सासूबाई
वायलं काढी देजा
भांडं नका देजा मले कुंड नका देजा
स्टो आणि घंगाळ माह्या हवाली करी देजा.
रडू नका सासूबाई
बायलं काढी देजा.
घर नका देजा मले वाडा नका देजा
तीन ताली हायली मले हवाली करी देजा.
रडू नका सासूबाई
वायलं काढी देजा.
शेती नका देजा मले बाडी नका देजा
पाणी भरता मळा मले हवाली करी देजा.
रडू नका सासूबाई
वायलं काढी देजा...

□

८

जळगाव शहरना पाव्हना उनात
त्यासले काहिनही समजस वोऽ माय
कर्मानी कहानी काय सांगू.
लाडू पेडा काही नाही समजस
कांदा बटाटा म्हनतस वो माय

कर्मानी कहानी काय सांगू.
नाशिक शहरना पाव्हना उनात
त्यासले काहिनही समजस वोऽ माय
कर्मानी कहानी काय सांगू.
शेवाया कुल्डाया काही नाही समजस
आळाया आळाया म्हनतस वो माय
कर्मानी कहानी काय सांगू
नागपूर शहरना पाव्हना उनात
त्यासले काहिनही समजस वोऽ माय
कर्मानी कहानी काय सांगू.
पान-सुपारी काहिनही समजस
पिंपळना पान म्हनतस वो माय
कर्मानी कहानी काय सांगू.

◻

९

डोंगरनी दूर छाया
भाऊ बहिणीला मूळ गया.
साखळ्याचा जोड देतो तुला
की चाल बाई लग्नाला
साखळ्याचा जोड नको मला
मी नाही येत लग्नाला.

डोंगरनी दूर छाया
भाऊ बहिणीला मूळ गया.
बांगड्याचा जोड देतो तुला
की चाल बाई लग्नाला
बांगड्याचा जोड नको मला
मी नाही येत लग्नाला.

दागिन्याचं लागत नाही मला
त्या सांग माझ्या वहिनीला.
तिच्या शब्दानं जीव दुखविला
मी नाही येत लग्नाला.

◻

१०

सीताच्या माहेरी कशाचं बन
सीताच्या माहेरी आंब्याचं बन.
आंब्याचा पाला
लागे चरचरा
देरा लक्षुमना
चाला झरझरा
सुटला गगनऽ वारा
बाग सुकला सारा.
सीताच्या माहेरी कशाचं बन
सीताच्या माहेरी नारळाचं बन.
नारळाचा पाला
लागे चराचरा
देरा लक्षुमना
चाला झरझरा
सुटला गगनऽ वारा
बाग सुकला सारा.
कोणत्या गावाचा वारा
मंधी झुळझुळ झरा.

□

११

नदीच्या कराडी दामाजी सोनार
त्याहिनं घडले कल्डियाचे जोड
यानं यानं वहिनी
कशी येऊ दादा
घरी नंदा जावा
करतिल माझा हेवा
नंदाचा बईल
झुलत जाईल
सोन्याचं कारलं
झेलत येईल.
नदीच्या कराडी दामाजी सोनार
त्याहिनं घडले चितांगाचे जोड

यानं यानं वहिनी
कश येऊ दादा
घरी नंदा जावा
करतिल माझा हेवा

□

१२

कसांडी दूध तपे
दुधावर पिवळी साय
सांगते भुलाबाई
जेऊन तरी जाय.
  शंकर घोड्यावरी
  गौराई पायी पायी
  आडवी आली गंगा
  कशी मी उतरू बाई.
पैशाचे फूल घ्यावे
त्यावरी पाय द्यावे
सांगते भुलाबाई
थांबून तरी जाय
  कसांडी दूध तपे
  दुधावर पिवळी साय

□

१३

वाकडीतिकडी बांभुळ
  तिले आल्या शेंगा
    सायबाले सांगा.
      सायबाचा बंगला
        चुन्यानं रंगला
–अशी काय मेल्याची तारीफ
लवंगा निघाल्या बारीक.
आगिन गाडीले कुलूप
सायब्या हिंडता मुलुख.

□

४० । पळसखेडची गाणी

१४

बगळ्या बगळ्या फुलं दे
पाची बोटं रंगु दे
एक बगळा उडाला
गंगेत जाऊन बुडाला
गंगेला आला लोंढा
भिजला माझा गोंडा
गोंड्याखाली रुपाया
भाऊ माझा शिपाया
शिपायानं केली बायको
बायको गेली ताकाले

    बायको गेली ताकाले
    इच्चू झुमला नाकाले
    नाकाचा फोड फुटेना
    दारचा पाव्हना उठेना
    बगळ्या बगळ्या फुलं दे, फुलं दे
    पाची बोटं रंगू दे, रंगू दे

                            ◻

१५

झिम् पोरी झिम्
कपाळाचं भिंग
भिंग गेलं फुटून
पोरी गेल्या उठून
बशी पोरी बशी
काचाची बशी
शिऊ नको पोरी
मही एकादशी

झिम् पोरी झिम्
कपाळाचं भिंग
पोरीत पोरी
मीच गोरी
आंबा पिकीतो

रस गळीतो
कोकणचा राजा बाई
झिम्मा खेळीतो.

□

१६

गावामांगल्ली पांढरी न् सजनाजी
हिर काय खंदली चौदारी न् सजनाजी
हिर बाई काय व मांगते न् सजनाजी
पहिल्या लेकाचं 'वर' काय न् सजनाजी
पहिला लेक कारभारी न् सजनाजी
पहिली सून घरी-दारी न् सजनाजी
गावामांगल्ली पांढरी न् सजनाजी
हिर काय खंदली चौदारी न् सजनाजी
दुसरा लेक कारभारी न् सजनाजी
दुसरी सून घरीदारी न् सजनाजी
तिसरा लेक कारभारी न् सजनाजी
तिसरी सून घरीदारी न् सजनाजी
चवथा लेक कारभारी न् सजनाजी
चवथी सून घरीदारी न् सजनाजी

लयजा थोरली निघाली न् सजनाजी
जिव काय झाला धूळाधानी न् सजनाजी
लयजा, हिरीले पानी किती न् सजनाजी
आयजी मनगट डुबती न् सजनाजी
घरी काय गोपा माह्या तान्हा न् सजनाजी
आंगडं टोपडं घालजा न् सजनाजी
लयजा हिरीले पानी किती न् सजनाजी
आयजी कंबर डुबती न् सजनाजी
घरी काय गोपा माह्या तान्हा न् सजनाजी
पायी पयरन घालजा न् सजनाजी
नयनी काजळ घालजा न् सजनाजी
आयजी गोपा माह्या तान्हा न् सजनाजी
लयजा हिरीले पानी किती न् सजनाजी

४२ । पळसखेडची गाणी

आयजी खांदे काय डुबती न् सजनाजी
घरी गोपा माह्या तान्हा न् सजनाजी
त्याले दूध काय पाजजा न् सजनाजी
चांगल्या रीतीनं सांभाळा न् सजनाजी
घरी काय गोपा बाळ तान्हा न् सजनाजी
    लयजा फूल काय जाहाली न् सजनाजी
    फूल काय पान्यावर फिरतं न् सजनाजी
घरी काय तीचा पती आला न् सजनाजी
घर काय सुन्नाट दिसलं न् सजनाजी
चालून गेला बारोपाशी न् सजनाजी
फूल काय पडले दिष्ठीसी न् सजनाजी
तो काय उतरला बारोत न् सजनाजी
फूल काय घेतलं हातात न् सजनाजी
तो काय डुबला पाण्यात न् सजनाजी
वर हिरीनं घेतला न् सजनाजी
हीर पाण्यानं भरली न् सजनाजी
गावामांगल्ली पांढरी न् सजनाजी
    गावामांगल्ली पांढरी न् सजनाजी
    हिर काय बांधली चौदारी न् सजनाजी

□

कष्ट करून थकतो लवकरी
मग भजतो म्हंतो हरी हरी

वही

१

फिरला उरफाटा दिवस कलीचा
व्यर्थ जन्म रे आपुल्या कुनब्याचा
अहो रात्रंदिस भारी
याला चैन नसे तरी
असा कसा रे न्याय तुझ्या घरचा
व्यर्थ जन्म रे आपुल्या कुनब्याचा.
नही खान्यास घरात जव्वारी
नही सुखाची झोप त्याला खरी
दोन रुपये रोजंदारी
सांगा कसं पडील पूरी
असा कसा रे न्याय तुझा घरचा
व्यर्थ जन्म रे आपुल्या कुनब्याचा.
कष्ट करून थकतो लवकरी
मग भजतो म्हंतो हरीहरी
देवा न्यावे काय आता लवकरी
घरामधी सूनवहारी, त्याचा कंटाळा करी.

पळसखेडची गाणी । ४७

असा कसा रे न्याय तुझ्या घरचा
फिरला उरफाटा दिवस कलीचा

□

२

शेतकरी दादा कष्ट करी फार
शेत सारं ह्यानं केलं तय्यार
　नक्षत्र लागलं रोहिणीचं
　गड्या रोहिणीचं
　हावरं सुटलं शेतीचं
मिरुग रोहिणीना पानी उना
शेतकरी दादा खुशी व्हया मन्हा
　बीज पेरू औंदा भुइमूंगचं
　दादा भुइमूंगचं
　हावरं सुटलं शेतीचं
पोळ्यापासुनसनी पानी गया
शेतकरी करतो हया हया
　कसं होईल औंदा कर्जाचं
　कर्ज फेडन्याचं
　हावरं सुटलं शेतीचं
हायबीड जवारीले लागी गया बुरा
धुईना पायरे माल गया सारा
　कसं होईल औंदा पोटाचं
　पोट भरन्याचं
　हावरं सुटलं शेतीचं
शेतीत नाही आलप पीकपाणी
बायको मांगते एकदानी
शेतसारं जाईल गहाणात
गहाण सोडण्यात
हावरं सुटलं शेतीचं
शिकलेला पोरगा दिसतो गुंडा
नवरीच्या बापाले मांगतो हुंडा

कसं होईल गंगूच्या लग्नाचं
दादा लग्नाचं
हावरं सुटलं शेतीचं
नक्षत्र लागलं रोहिणीचं, गड्या रोहिणीचं
हावरं सुटलं शेतीचं.

□

३

(पाण्यातल्या मासोळीला पाण्यात हाये घर
भोई तुझा देर, तो काय झेले वरच्या वर)
सत्य झालं रे सत्य युगात
धर्म बुडाला कली युगात.
कोणी कोणाला नाही मानीत। थोर मोठ्याची किंमत नही ठेवीत
मना मधी रे अति गर्व ठेवीत। धर्म बुडाला कली युगात.
सून सासूले नाही मानीत। पुत्र पित्याले जोड्यानं मारीत
स्त्री ही पतीची आज्ञा नाही मानीत। धर्म बुडाला कली युगात.
कोणी पंडित सभेत बोलीत। त्याचा लबाड नाही मान ठेवीत
कसे चालले कली युगात। दिसा अंधार पडला घरात.
स्त्रीचे राज्ये हे
चालू आहे तवरूत
धर्म बुडावलाऽ
आपुल्या देशात.
सत्य झालं रे सत्य युगात
धर्म बुडाला कली युगात.

□

कानोड एक

(कानोड कानोड म्हनता कानोड तलवारीची धार
जाशील ज्याच्या घरी त्याचा करशिल जयजयकार)
भक्तावरी काय कानोड गेली रुसून
भर वनात गेली चालून
तरू भेदीत गेले गगन
झाडी दाट दारुण
नही पशु पक्षी जाण

वन भयाण दिसले चौखुन बसली एकली वनात जाऊन.

रथ जुंपला भोळ्या भक्तानं

नंदी जुंपले लाल त्याला दोन

झुला पिवळ्या वरती टाकून

रंगीत छंबी बसवून

सर त्याशी लावून

रथ चालला वनाच्या मार्गात. जाऊन बसली एकली वनात.

रथ वनात दिधला सोडून

तिच्या जवळ गेला काय चालून

माय बाई काय आली रुसून

तुला आसीन माझी गोडी

तरी बांधून देईन माडी

केलं कबूल भोळ्या भक्तानं. जाऊन बसली रथात जाऊन.

❑

कानोड दोन

(वान्याच्या दुकानी जैसा गुल्लालाचा रवा
बहिना कानोड बाई तुझा आनंदाचा हेवा.)

लाल बागात गेली काय आई

डेरे जाऊन देले आंबराई

इला कान्हेर राजा काय बोलावी

अहो सरूचंदन

केकत केवड्याचं बन

समदरूचा चाफा परमळे

तेथे कानोड कन्हेर खेळे

द्राक्षांचे मंडप शोभिवंत

बोर खिरणी सिताफळ सैतूक

गोर असे की बहू शाबूत

दाट येलवाच्या जाळ्या

गर्द हाये पाणमळ्या

ह हा हळदीचे घस हाये पिवळे

तेथे कानोड कन्हेर खेळे

अहो लवंग सुपारी येलदोडे

५० । पळसखेडची गाणी

तिथे खारकीचे बन आहे देव्हडे
आजूबाजूला केळीचे बन कवळे
अहो हळदीचे पाणी
मोर पितं अस्मानी
हाय हळदिचे बन गड्या पिवळे
तिथे कानोड कन्हेर खेळे
लाल बागात गेली वोऽ आई
फूल मोत्यानं पालखी सजवावी
एवढी मिजास का कानोड बाई?
आम्ही चौघाची जोडी
कानोड गातो हरघडी
रुमधरूचा चाफा परिमळे
तिथे कानोड कन्हेर खेळे.

❑

कानोड तीन
कारागिराला भक्त सांगीत
करा माडीचे काम सुरवात
नका अंतर ठेऊ हो त्यात
करून दावा चतुराई, महाल बांधा सव्वाई
महाल बांधला गगन चुंबीत
माझी कानोड बसली माडीत.
माडी बांधली कारागिरानं
काचबिंदी का शोभे आंगण
चार बुरूज भवती लावून
बंदोबस्त खिळे दिले, चार खांब लावले.
बावन मनोरे भवती शोभत
माझी कानोड बसली माडीत.
त्या माडीले ठेवले नवखण
नवखणाला नवद्वार ठेऊन
दहावी खिडकी हवा घेण्याकारण. दीपज्ञानाच्या ज्योती लावून
त्या माडीत मंचक टाकून, कानोड बसली आसन घालून
कवि अमृत बोलला

पळसखेडची गाणी । ५१

इचा हाट पुरा झाला
नित्य राहावे तिच्या काय सेवेत
माझी कानोड बसली माडीत.

कानोड-फुगडी प्रश्न

माझी कानोड निघे फुगडी खेळण्याला
नवखणाची चोळी तिच्या अंगाला
पंधरा खणाचा घागरा तिला शिवला.
चोळीवर चित्र दोन, चंद्र सूर्य काढून
तीन तालाचा घेर घेते घागऱ्याचा
माझ्या कानोडला नाद फुगडी खेळण्याचा.
डाव फुगडीचा मांडला कानोडनं
तिच्या घागऱ्यात झाकले मेरू मंडन
एकविस स्वर्ग की जमीन अस्मान.
कानोड फुगडी खेळत ना पाहे दिवसरात
इनं माथा रे डगविला शेषाचा
माझ्या कानोडला नाद फुगडी खेळण्याचा.
फुगडी खेळती कोण्या ठिकाणी
वस्तादाला का यावे पुसोनी
खेळे फुगडी कोण हात धरूनी?
अशी नार सुंदर, ती दिसे मनोहर
कवी अर्जुन गातो पळसखेड्याचा
माझ्या कानोडला नाद फुगडी खेळण्याचा.

□

कानोड-फुगडी उत्तर

फुगडी खेळते तुरीया नार
ऐका फुगडीची वार्ता कविश्वर
तिचा रहिवास देहावर
आहो देहाचे वर
ती घेतसे फेर
फुगडी खेळते चौशून्यावर
फुगडी खेळते सुंदर नार.

डाव फुगडीचा आला रंगूनी
झाले फुगडीत ब्रह्मा विष्णु तिन्ही
महारुद्रही फुगडी पासोनी
नार सतरावी येऊन, हात तिचा धरून
तीन तालाचा घेतला घेर, फुगडी खेळते तुरीया नार,
फुगडी खेळते सगुण लाडी
नको साजणे जाऊ आता रडी
फुगडी खेळे हाल घडी
कवी अर्जुन गाये—ज्ञान शोधून पाहे
वस्तादाला आलो पुसून सत्वर
फुगडी खेळते तुरीया नार.

□

प्रश्न देहरूपी

ऐका शाहिरा स्वप्न पडले राती
एका नगरात नानापरी चिन्ह होती
सुईच्या नाकातून हत्ती निघती
हात्ती गेला निघून शेपूट पडलं अटकून
त्या हत्त्याच्या कशा होतील रीति
एका नगरात नानापरी चिन्ह होती.
त्या हात्याला बारा जोड्या जुंपल्या
परी शेपूट काही केल्या निघेना
वरती बसला पहिलवान
अंकुश मारे बेगुमान, हत्ती रडतसे जाण
त्या हात्याच्या कशा होतिल रीति
एका नगरात नाना परी चिन्ह होती.
घरादाराचे झाले भांडण
दार म्हणते निघ माझ्यातून
घर चालले दारावर रुसून
काडीकचरा शुद्धपण. ते गेले पळून.
बिना पराचे पाखरू काय जान
चारा चरून येते त्रिभुवन
बिना परावाचून फेर घेते गगन

ना लागे एक क्षण, येते नवखंड पृथवी फिरून

□

उत्तर देहरूपी

देहरूपी एक नगर
मन रूपी चिन्ह अनिवार
सूर्य रूपी माया सत्वर
संसार रूपी हत्ती होता...पुढे ऐक पंडीता
माया संसारात प्राण अटकून
हे शेपूट घ्यावे ऐकून
यमरूपी पहिलवान
अंकुश प्राणाशी जाण
कासावीस झाला प्राण
अंकुश मारे प्राणाला. जीव कासावीस झाला
हा हात्याची रीत घ्या ऐकून
कवी शब्दावर ठेव माह्या ध्यान.
आत्मा कुडीचे लागले भांडण
कुडी म्हणते निघ माझ्यातून
जीव चालला कुडीवर रुसून
कवी शब्दावर ठेव माह्या ध्यान.
बिना पराचे पाखरू म्हणता
जीव आहे हो तुमचा आमचा
ना लागे एक क्षण, येतो नवखंड फिरून
म्हणता पाखरू बिना पराचे, मन आहे हो तुमचे आमचे
ना लागे एक क्षण, येते नवखंड फिरून
कवि अर्जुन केली जुळवण, कवी शब्दावर ठेव माह्या ध्यान.

□

प्रश्न पिंड ब्रह्मांड

पिंड ब्रह्मांड पाया दोन
आली आकाशी खुंटा ठोकून
येऊन बसली मांडी मारून
सव्वा धन पाखडी, तवा खडे निवडी
आकारात रे दळण दळून

५४ । पळसखेडची गाणी

कवी शब्दावर ठेव माह्या ध्यान.
दळणारीनं काय दळण दळून
टांग पसरली छत्तीस योजन
इथं दळण एकच येरण
जात्याशी जाण फेरा तिनं फिरवून
आकाश धरत्री दळण दळून
कवि शब्दावर ठेव माह्या ध्यान.
दळण दळून पीठ भरून
आंदण ठेऊन पाक केला जाण
पाक करून घेतले भोजन
कवि शब्दावर ठेव माह्या ध्यान.
ऐक वैऱ्या की सांगतो अज्ञान
तिघे करती भोजन, जेवण तृप्त झाले जाण
जेवण तृप्तीनं झाले, विडा तांबूली ल्याले
दुरवेदशी की विडा दिला लावून
जातं टाकाया टाकेरी आला
दळणारीनं काय गिळून घेतला
कवि दामू पिसे गाये गुरुचरणी राहे
भर सभेत गातो काय गुणगाण
कवि शब्दावर ठेव माह्या ध्यान.

□

पिंड ब्रह्मांडी उत्तर

आकाश पाताळ हे पाया दोन
महामेरूचा खुंटा ठोकून
निर्गुणाचं रेऽ सूप हाती घेऊन
देव धन पाखडी, तेव्हा खडे निवडी
शान्नव कुळीचे देव दळले बळी.
आदीमाया की शक्ती ती नार
इने जात्याचा घेतला फेर
पाक करे सुंदर, भोजन करे लौकर
ब्रह्मा विष्णुने भोजन करून
कवी शब्दावर ठेव माह्या ध्यान.

ब्रह्मा विष्णु संभू जाण
जेवण जेऊन तृप्तीनं
शान्नव कुळीचे देव दळले बळी
दळण मांडले अग्नीच्या तळी
निराकार निरगुण तो बळी
आदिमाया शक्ती होऽ मिळाली
ते चटकन् तिने गिळली
रामदास माळीनं वही नित गायली.

□

कन्हेर-शिनगार एक

(गाय चरे डोंगरात गोऱ्हा गायीच्या पोटात
नागर करी पाळण्यात, भाकर गेलीऽ शेतात)
कन्हेर मुळाचा आहे अभिलाषी
नाही माता आणिक पिता त्याशी
कसा झाला अनंत परदेशी
कसा झाला अवतार
कसा झाला निरधार
तो निरंजनी काय जाऊन बैसला
ह्या बागेला पाहून कन्हेर भुलला.
ह्या बागेत एक विहीर
तिचे उलटे वाहे पाझर
तिचे पाणी काय अस्मानावर
बाग लावला आंबराई
चंपक मोऽरा जाई
साऱ्या पृथ्वीचा बाग त्यानं लावला
ह्या बागेला पाहून कन्हेर भुलला.
ह्या बागेत जांभूळऽ आहे
छत्तीस कोटीची लांबीरुंदी पाहे
बत्तीस कोटी काय त्याची उंची आहे
एक फळ पिकलं
भूमीवर पडलं
तो म्हणे काय चौकोनी बागेला

ह्या बागेला पाहून कन्हेर भुलला.
फळ पिकून रस वाहे जाण
त्या पासून नदी झाली उत्पन्न
त्या नदीचे नाव जम्बू परमाण
आम्हा चौघांची जोडी
कन्हेर गातो हर घडी
कवि ध्यान ठेव आमच्या शब्दाला
त्या बागेला पाहून कन्हेर भुलला.

कन्हेर-शिनगार दोन

कन्हेर रूपाचा सगुण सावळा
नेसून आला पितांबर पिवळा
दिसे सूर्याहून रूप, आगळा
स्वरूप सुंदर सावळा
जसा मदन पुतळा
ह्याला पाहून भुलती नरनारी
माझा कन्हेर आहे शिंगणापूरी.
माझा कन्हेर राहून परता
तेथे आकार कोनाचा नाही होता
नीर शून्याचा तेथे भास होता
नीर शून्यामधून
रूप आला धरून
रूप धरले नाना परी
माझा कन्हेर आहे शिंगणापूरी.
माझा कन्हेर परब्रह्म गडे
चौ शून्याच्या आहे पलिकडे
तिथे त्याचा काय लख्ख उजेड पडे
परब्रह्म डोळस
कन्हेर आहे राजस
त्याच्या रूपाची तऱ्हा आहे न्यारी
माझा कन्हेर आहे शिंगणापूरी.
शिंगणापूर काय इंद्रभवन

तिथे रमले काय त्याचे मन
होतो उल्हास, महा दारूण
लिंबलोण उधळती
पूजा त्याची करती
आठरा वर्ण काय मारती ललकारी
माझा कन्हेर आहे शिंगणापूरी.

□

प्रवासी-प्रश्न

(घडी जाते घटका जाते तास वाजे झनाना
आयुष्याचा नाश होतो राम का म्हाणाना.)
एक प्रवासी चालला मार्गानं
घोर वनात गेला चालून
एक व्याघ्र काय निघाला तिथून
व्याघ्र भयाण
पुढे पळतसे जाण
एक विहीर पाहिली त्यानं
कवि शब्दांवर ठेव माह्या ध्यान.
विहिरीजवळ आला चालोन
वट पारंबी पाहिली त्यानं
तिच्या साह्यानं उतरून जाण
खालते भुजंग जाण
वर व्याघ्र येऊन
तसा पारंबी राहिला धरून
कवि शब्दांवर ठेव माह्या ध्यान.
पुढे काय हो झाले वर्तमान
आगे मोहळ उठले तिथून
तो झोंबाया लागले जाण
संकट पडलेसे जाण
तुम्ही घ्यावे ऐकून
विचारात हो राहिला गुंतून
कवि शब्दावर ठेव माह्या ध्यान.
ऐशी अवस्था त्याची होऊन

एक उंदीर निघाला तेथून
कतरू लागला पारंबी जाण
व्याघ्र, सर्प आहे कोण?
आगे-मोहोळ उंदीर जाण
आणिक पारंबी कोणती जाण?
कवि शब्दावर ठेव माह्या ध्यान.

□

प्रवासी उत्तर

तुम्ही आम्ही प्रवाशी घ्यावे ऐकून
भव सागर वन असे जान
संसाररूपी का व्याघ्र घ्यावे ऐकून
तो पाठीशी लागून
मायारूपी विहिर जाण
मायेमध्ये हो राहिला अटकून
कवि शब्दाला ठेव माह्या ध्यान
त्या विहिरीत पारंबी जान
तिच्या आधारे उतरतो जान
व्याप भुजंग निघाला तेथून
चिंतातूर होऊन
विचार करतसे जान
आगेमोहोळ उठले तेथून
कवि शब्दाला ठेव माह्या ध्यान
कन्या पुत्र स्त्री कुटुंब जान
त्या मोहोळाच्या माश्या घ्याव्या ऐकून
ते विलाप करिती दारूण
विलाप ऐकून
कासाविस होऊन
पुढे मार्ग हो त्याला सुचेन
कवि शब्दाला ठेव माह्या ध्यान
आयुष्यरूपी हो पारंबी जान
कालरूपी हो उंदीर येऊन
त्या पारंबीचे करितो खंडन

आम्ही चौघे आहे जान
वही करतो कथन
गुरु रायाला माझे नमन
कवि शब्दाला ठेव माह्या ध्यान

□

आत्मा कुडीचे लागले भांडण
कुडी म्हणते निघ माझ्यातून
जीव चालला कुडीवर रुसून
कवी शब्दावर ठेव माह्या ध्यान

भारूड

१

आया बाया होऽ धरम करा। गधड्याच्या गांडीत शेंदूर भरा।
त्या गधड्याले रंग ना रूप। नारायण मास्तर लावे कूप।।
त्या कूपाले काटा ना मुटा। आनंदा भावजी उपटे झ्याटा।।
त्या झ्याटाले रंगत ना मांगत। महिपतराव आईचा भगत।।
त्या भक्तीले फूल ना पत्री। नथ्थू माळ्यानं धरली कुत्री।।
त्या कुत्रीले झालं पिल्लू। समदं गाव बनलं उल्लू।।

□

२

आडगावी गेलो पाडगावी गेलो
सुंदर बायको मिळेचना.
गेलो पिपरी आणली झिपरी
तिचं न् माझं काही बनेचना.
बनता बनता झालं एक काट्टं
ते काही बाबा म्हणेचना.

□

www.ingramcontent.com/pod-product-compliance
Lightning Source LLC
LaVergne TN
LVHW020136230825
819400LV00034B/1186